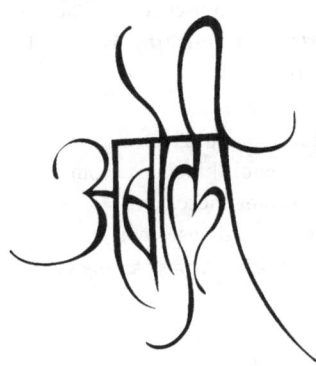

अबोली

वि. स. खांडेकर

मेहता पब्लिशिंग हाऊस

Please contact us at **Mehta Publishing House,** 1941, Madiwale Colony, Sadashiv Peth, Pune 411030.

✆ +91 020-24476924 / 24460313

Email : info@mehtapublishinghouse.com
production@mehtapublishinghouse.com
sales@mehtapublishinghouse.com

Website : www.mehtapublishinghouse.com

ABOLI by V. S. KHANDEKAR

अबोली / कथासंग्रह

वि. स. खांडेकर

© सुरक्षित

प्रकाशक : सुनील अनिल मेहता, मेहता पब्लिशिंग हाऊस,
१९४१, सदाशिव पेठ,माडीवाले कॉलनी, पुणे - ३०.

मुखपृष्ठ : चंद्रमोहन कुलकर्णी

प्रकाशनकाल : १९३८ /१९८८ / सप्टेंबर, २००१
मेहता पब्लिशिंग हाऊसची चौथी आवृत्ती जुलै, २००७ /
जानेवारी, २०१२ / पुनर्मुद्रण : फेब्रुवारी, २०१५

ISBN for Printed Book 81-7766-242-2

ISBN for E-Book 978-81-8498-636-5

माझे बालमित्र
प्रो. रामभाऊ जोशी
व
कै. महादेव रेडकर
यांस

अनुक्रमणिका

सुवास

''अय्या! अगदी समाधी लागली आहे की!'' रेखाचे हे शब्द कानावर पडले, तेव्हा कुठे शीलाने पुस्तकात खुपसलेले डोके वर केले. तिने मागे मात्र वळून पाहिले नाही. गाढ झोपलेल्या मुलाला बळेच उठविले म्हणजे त्याच्या हसऱ्या चेहऱ्यावर विचित्र त्रासिकपणा दिसतो. शीलाची मुद्राही तशीच झाली होती. रेखा लगबगीने तिच्यापुढे येऊन उभी राहिली. फोटो काढणाऱ्याने कॅमेरा व्यवस्थित करावा त्याप्रमाणे आपली दृष्टी शीलावर रोखीत ती म्हणाली,

''रंगाचा भंग झाला वाटतं?''

शीलाच्या मुद्रेवर क्षीण हास्यरेषा चमकून गेली.

''पाहूया तरी कुठली कादंबरी वाचीत होती स्वारी?''

शीलाने पुस्तक लपविले असल्यामुळे रेखाला अधिकच संशय आला होता. शीला काही केल्या ते दाखवायला तयार होईना. रेखा अगदी रडकुंडीला आली असे वाटताच मोठ्याने हसत तिने ते पुस्तक टेबलावर आपटले. आता रेखाचीही हसता हसता पुरेवाट झाली. पुस्तक कसले? तिचा पूर्वजन्मीचा वैरी होता तो... अलजिब्रा!

हसताहसता एखाद्या विचित्र प्राण्याकडे पाहावे त्याप्रमाणे रेखाचे डोळे शीलाला पाहत होते. प्रॅक्टिकल जाचातून पाच वाजता सुटलेली शीला लगेच तासभर बीजगणित सोडवीत बसली होती! कुणी मोठे बक्षीस लावले तरी आपल्या हातून हे दिव्य व्हायचे नाही.

कादंबरी वाचण्याचासुद्धा कंटाळा आल्यामुळे ती कालव्याच्या पाण्यात खडे टाकीत आणि त्यांनी निर्माण होणारी वलये पाहत किती तरी वेळ उभी होती. त्या बालिश क्रीडेतच तिला एकदम कांचनची आठवण झाली. हल्ली तो भेटायला आला म्हणजे त्याच्या शब्दांनी, फार काय स्मितानेदेखील आपल्या मनात असेच मधुर तरंग का बरे निर्माण व्हावेत? लहानपणापासून त्याचा आपल्याशी घरोबा

आहे. दादाचा मित्र म्हणून तर तो अगत्याने आपल्याला इथे भेटायला येतो. मग अलीकडेच आपल्या अंतःकरणाला त्याच्याविषयी अशी निराळी ओढ का लागावी? विलक्षण मोहक सुगंधाने मन धुंद होऊन जावे, पण तो कुठून येत आहे हे कळू नये, तसे तिला होत होते. दोन महिन्यांपूर्वी लागलेल्या बोलपटातली कांचनची भूमिका फार छान झाली, तो आपल्याला भेटायला येतो तेव्हा त्याला पाहण्याकरिता विद्यार्थ्यांची गर्दी होऊ लागली हेच या नव्या आकर्षणाचे कारण असले पाहिजे, अशी तिने आपल्या मनाची समजूत घालण्याचा प्रयत्न केला. या गोंधळलेल्या मनःस्थितीत खड्याच्याऐवजी एक लहानसे ढेकूळ तिच्या हातून पाण्यात पडले. तरंग उठले, पण ते पाणी गढूळ करूनच!

लगबगीने ती आपल्या खोलीकडे परत आली. आज 'भाग्यचक्र' बोलपट पाहण्याकरिता जायचे कांचनने ठरविले आहे ही गोष्ट पाच वाजेपर्यंत तिच्या अगदी चांगली स्मरणात होती. प्रयोगशाळेतील युगासारखा वाटणारा प्रत्येक क्षण या रमणीय सायंकाळच्या आशेनेच तिला सुसह्य झाला होता. पण कालव्याच्या काठी झाडांच्या छायेत उभे राहून जलतरंगाचा खेळ खेळता खेळता आपल्या मानससरोवरातील तरंगातच ती मग्न होऊन गेली होती.

बाहेर बैठकीच्या जागी कांचन व शीला गप्पागोष्टी करीत बसली असतील अशी तिची कल्पना होती. आपण दिसताच कांचन विचारील, 'काय रेखा, कुठं गेली होतीस पळून?' आपण उत्तर देऊ– 'सिनेमातल्या लोकांना पळून जाण्यावाचून दुसरं काय सुचायचं आहे?' उजव्या हाताच्या बोटाभोवती टोपी गरगर फिरवत कांचन विचारील, 'पण आज मी येणार हे ठाऊक होतं तुला!' आपण शीलाकडे पाहात म्हणू– 'मी नव्हते म्हणून तुला काही आभाळाकडं पाहत बसावं लागलं नाही ना! नि या वेळी आभाळात एक तरी चांदणी दिसेल का? पण तुझ्यासमोर तर आता दोन छान शुक्र चमकताहेत. मग–'

शुभ्र चांदण्याच्या आशेने अंगणात यावे आणि बाहेर दाट काळोख पडलेला असावा तसे रेखाचे झाले. कांचनचा पत्ताच नव्हता कुठे! अर्थात शीला वर खोलीत काहीतरी वाचीत बसली असावी असा तिने तर्क केला. पण ती जे वाचीत होती ते पाहताच रेखा क्षणमात्र सुन्नच झाली! अलजिब्रा! आगीतून सुटल्यावर वाऱ्यावर जायचे की फोफाट्यात पडायचे?

टेबलावर उजवे कोपरे टेकून म्हणाली,

"धन्य आहे बाई तुझी!"

शीलाने भुवया तेवढ्या किंचित मुरडल्या.

"शीला, तुला हृदयच नाही का ग?"

"कादंबऱ्यांतल्या नायकनायिकांना असतं तसलं नाही हे खरं!"

रेखाला हा टोमणा लागला नाही असे नाही. पण तो नकळत्यावर घालून तीच म्हणाली,

"कंटाळा कसा ग येत नाही तुला या रूक्ष विषयाचा?"

"चिखलाचा कंटाळा करून शेतकऱ्याला चालेल का?"

"तुझ्यासारखे शेतकरी असले तर 'खेड्यांकडे चला' हा उपदेश करायचं कारणच पडणार नाही पुढाऱ्यांना! झुंडीच्या झुंडी धावतील ना तिकडे?"

रेखाकडून होणारी स्वतःच्या रूपाची अशी अप्रत्यक्ष स्तुती वैधव्यातही शीलाला अप्रिय होती असे नाही. चांगल्या गायकाने गाणे ऐकून व्यक्त केलेला आनंदच गवयाला अधिक आवडतो. रूपाची स्तुतीही रूपसंपन्न असलेल्याकडून होण्यात स्वारस्य असते. पण अशा वेळी शीलाला आनंद होत असला तरी तिच्या मुद्रेवर तो कधीच दिसत नसे. या वेळी तर तिने जांभईनेच रेखाच्या या स्तुतीचा स्वीकार केला. एकदम चमकून रेखाने विचारले,

"किती वाजले ग?"

भिंतीकडे पाठ करून ठेवलेले मोठे घड्याळ शीलाने सुलट केले. सहा तर होऊन गेले होते. शीला हे करीत असताना तिच्या मनगटावर घड्याळ नाही हे रेखाच्याही लक्षात आले.

"रिस्टवॉच कुठं गेलं तुझं?"

"दिलंय?"

"कुणाला?"

"कांचनांना."

कांचन आला केव्हा आणि शीलाने आपले घड्याळ त्याला दिले केव्हा, हे रेखाला कोडेच पडले! कांचनने आपले घड्याळ न मागता शीलाचे न्यावे, याचे तर तिला अधिकच वैषम्य वाटले. एरवी ती फुरंगटून बसली असती, पण कुतूहल हे डोळ्यांत गेलेल्या कणासारखे असते. ते मनुष्याला काही केल्या गप्प बसू देत नाही.

"कांचनला कशाला हवं होतं घड्याळ?"

"नवा बोलपट सुरू आहे ना त्यांचा? माझं घड्याळ त्यांना फार आवडलंय."

"घड्याळ आवडलं की-"

शीलाच्या मुद्रेकडे पाहताच रेखाला अधिक बोलण्याचा धीर झाला नाही. मत्सराचे कुसळ नकळत तिच्या मनाला बेचैन करीत होते. आपण सहापर्यंत आलो नाही तर तुम्ही दोघी परस्पर थेटरावर या असे त्याने शीलाला सांगितले आहे, हे ऐकताच ते अधिकच खोल गेले.

शीलाच्या आग्रहावरून गावात चालतच जायचे ठरले. नदीतल्या मधल्या

वाटेने जायला हरकत नव्हती. जाता जाता पायवाटेच्या बाजूला एक छोटीशी बंगली लागली. तिच्यातून फुललेल्या पारिजाताचा मधुर सुवास दूरवर दरवळत होता. रेखाच्या मनात एकदम एक इच्छा उत्पन्न झाली- बंगलीच्या आवारात जाऊन थोडी फुले घेऊन यावीत. ती थांबलीदेखील. पण शीला तिच्याबरोबर येण्याचे लक्षण दिसेना. ती शीलाला म्हणाली,

"तुला नसतील ही फुलं आवडत?"

"रेखा, तू नि मी एका खोलीत वर्षभर राहतोय; पण मी माणूस आहे अशी काही तुझी खात्री झाली नाही अजून!"

"पारिजाताची फुलं इतकी जवळ असल्यावर माणूस थोडंच गप्प बसेल?"

"न बसायला काय झालं?"

"फुलं न घेताच!"

"सुवास मिळाल्यावर फुलं हवीतच असा हट्ट धरून चालत नाही या जगात! फुलं काय, चार घटकांत कोमेजून जातील! त्यापेक्षा दुरूनच सुवासाची स्मृती घेऊन जाणं बरं नाही का?"

बोलपट पाहताना रेखाचे मन अधिकच अस्वस्थ झाले. कांचनने काम केलेला बोलपट लागला होता, तेव्हा दोघींना घेऊन आताप्रमाणेच तो बॉक्समध्ये बसला होता. पण शीला बाजूला, आपण मध्ये व कांचन दुसऱ्या बाजूला, असे आपण बसू अशी रेखाची अपेक्षा असावी. पण घडले मात्र निराळेच! कांचन आपणहून मधे बसला. बोलपट सुरू झाल्यावर तो एखादे वाक्य बोले ते शीलाशीच. जणू काही त्याच्या उजव्या बाजूला रेखा नावाची एक पुतळीच बसली होती! विश्रांतीच्या वेळी झालेल्या कथाभागासंबंधाने बोलणे निघाले. आंधळ्या सूरदासाचे वात्सल्य हृदयस्पर्शी आहे, याविषयी सर्वांची एकवाक्यता झाली. मात्र रेखाचे म्हणणे स्त्रीभूमिकांत नायिका रूपकुमारी हीच उत्कृष्ट आहे असे पडले. कारण नायक हा पाळलेला मुलगा असूनही प्रेमामुळे ती त्याच्याबरोबर पळून जाते. उलट शीलाला आंधळ्या सूरदासाचे काम आणि त्याने घरी आणलेल्या अनाथ अर्भकाचे पालन करणारी 'कल्लूकी मां' अधिक आवडली. रूपकुमारीचा त्याग हे भोगाचेच थोडेसे उच्च स्वरूप आहे. पण 'कल्लूकी मां'चा त्याग पूर्णपणे उदात्त आहे, असे तिने सांगितले, तेव्हा कांचननेसुद्धा मान डोलावली. 'शीलाच्या घड्याळाप्रमाणं तिची मतंसुद्धा आवडायला लागली वाटतं तुला?' असा यावर हसत हसत टोमणा मारण्याचा रेखाने प्रयत्न केला; पण तिच्या स्वरात तिच्या मनातील राग प्रगट झाल्याशिवाय राहिला नाही.

कांचनवर आपलाच अधिक हक्क आहे असे रेखाला या घटकेपर्यंत वाटत

होते. आधीच बाळपणातील ओळख बकुळीच्या फुलासारखी असते. तिचा सुवास कधी जात नाही. गतवर्षी कांचन विश्वविद्यालयाच्या बी.ए.च्या दाराने निघून गेला, त्याचवेळी रेखाने मॅट्रिकच्या दाराने त्यात प्रवेश केला. पण तेव्हा तिने विद्यालय प्रवेश करावा की गृहप्रवेश करावा याविषयी घरात बरीच भवति न भवति झाली होती. महत्त्वाकांक्षी कांचन स्वत:ला कुठल्यातरी जुनाट घाण्याला जुंपून घ्यायला तयार नव्हता. कॉलेजातल्या नाटकांत त्याने केलेल्या भूमिका पाहून चांगल्या चांगल्या रसिकांनी त्याची पाठ थोपटली होती. धोपटमार्ग सोडून नव्या पाऊलवाटेने जाण्याचा त्याने निश्चय केला. चित्रपटसृष्टीत पहिली चारपाच वर्षे कष्टाची गेली तरी कीर्ती, द्रव्य, समाजसेवा इत्यादी गोष्टींचे क्षेत्र तिथे संकुचित राहणार नाही, अशी त्याची खात्री होती. रेखाच्या दादाशी बोलताना मनापासून हसत हसत त्याने जे वाक्य उच्चारले होते, ते ती अजून विसरली नव्हती–

"ताक घुसळून फार तर लोणी मिळतं; पण समुद्रमंथन केलं तर अमृत पदरात पडतं!"

थट्टेखोर दादा म्हणाला होता,

"सिनेमाचं जग आहे हं हे कांचन. अमृताच्या आधी अप्सराच दिसायच्या तिथं तुला!"

प्रतिकोटी म्हणून कांचनने उत्तर दिले होते,

"अमृताच्या मागं लागणाराला अप्सरा नि हलाहल, दोन्ही पचविली पाहिजेत."

तसे पाहिले तर कांचन व रेखा यांचा वाङ्‌निश्चय झाला होता असे नाही. पण वडील मंडळींच्या वारंवार होणाऱ्या बोलण्यामुळे सर्वांचाच तसा समज झाला होता. वायुलहरींवर वाहून येणाऱ्या सुवासाने मुग्ध होऊन एखाद्याने त्या अदृश्य पुष्पाचे रम्य रूप डोळ्यांपुढे उभे करावे, याप्रमाणे रेखाने अनेक सुखस्वप्नांत कांचनची प्रियपत्नी म्हणून भूमिका केली होती. चित्रपटसृष्टीतले आपले पाऊल स्थिर होईल की नाही याविषयी कांचन साशंक असल्यामुळे गतवर्षी लग्नाचे बोलणे जिथल्या तिथे राहिले नि रेखा कॉलेजातली विद्यार्थिनी झाली.

त्या नव्या मुग्ध जगात रेखा ही स्वप्ने विसरूनही गेली असती. पण वारंवार होणाऱ्या कांचनच्या दर्शनाने तिच्या अंतर्मनातील भावनांचे मुके झरे बोलके होत. पहिल्याच चित्रपटातील कामाने कांचन कॉलेजविद्यार्थ्यांचे दैवत झाला. त्याच्या लोकप्रियतेने हे बोलके झरे बाहेर उचंबळून येऊ लागले. गेल्या नाताळात दादा भेटायला आला होता. तेव्हाच्या त्याच्या संदिग्ध संभाषणाने तर या उचंबळून येणाऱ्या भावनांची कारंजी थै-थै नाचू लागली. उत्कंठेच्या सूर्यकिरणांनी त्यांच्यावर नाचणारी भावी जीवनातली चिमुकली इंद्रधनुष्ये –

दादाने रेखाला विचारले होते,

“तुझ्या राशीचं भविष्य वाचलंस का नव्या वर्षाचं?”

“काहीकाही वर्तमानपत्रांत तेवढाच भाग वाचण्यासारखा असतो, नाही?”

“तुझ्या राशीच्या माणसांना लग्नयोग आहे म्हणे यंदा!”

“अगदी म्हाताऱ्या आजीबाईंना सुद्धा?”

तिच्या या प्रश्नाने दादा केवढ्याने हसला होता. मात्र मग तो जे काही बोलला ती काही थट्टा नव्हती. कांचनला पहिल्याच कामाने आत्मविश्वास उत्पन्न झाला. पण त्याबरोबरच दोनतीन वर्षे तरी लग्न न करण्याचा त्याचा निश्चय डळमळू लागला. नऊ ते सहा पर्यंत स्टुडिओत काम करून आल्यावर तो अगदी कंटाळून जाई. कित्येक वेळा त्याला रात्रीच्या रात्री आलोचन जाग्रणे घडत. त्याच्या शिणलेल्या शरीराला आणि कंटाळलेल्या मनाला स्वत:च्या खोलीतला एकांतवास अंधारकोठडीसारखा भयाण वाटे. ‘गिरणीतला मजूर दारू का पितो याची कल्पना आत्ता मला यायला लागली आहे,’ असे काहीसे रेखाच्या समोरच तो बोलला होता. दादाने ‘रोग नि मोह यांच्या बाबतीत आधीच सावध असलेलं बरं,’ असे त्याला उत्तरही दिले होते. पुढे त्या दोघांचे काय बोलणे झाले हे रेखाला कळायला मार्ग नव्हता. पण दादाच्या भविष्याच्या प्रश्नाने त्याचा भावार्थ तिच्या सहज लक्षात आला.

विश्रांतीनंतरचा चित्रपटाचा भाग आकर्षक असूनही रेखाला तो नुसता यमपुरीतल्या बाहुल्यांचा नाच वाटला. तिचे डोळे मधून मधून गेल्या वर्षातील आपल्या जीवनपटावरली चित्रे पाहत होते- कॉलेजात गेल्यावर खोलीतली मैत्रीण म्हणून शीला आपल्या आयुष्यात आली. आपल्यापेक्षा वयाने तीनचार वर्षांनी मोठ्या असलेल्या आणि वैधव्यामुळे अकाली गंभीर झालेल्या मैत्रिणीशी आपले कसे काय जुळेल अशी पहिल्या दिवशी भीती पडली होती आपल्याला! पण ती भीती हां हां म्हणता पळून गेली आणि तिची जागा प्रीतीने घेतली. केवळ वडील बहिणीच्या वात्सल्याचाच आपल्याला लाभ झाला असे नाही, गणितासारख्या कच्च्या विषयातली शिकवणीसुद्धा बसल्या जागी फुकट मिळाली. शीला डॉक्टरीण होण्याकरिता पुढे दीड वर्षाने पुणे सोडून जाणार ही कल्पना दु:सह वाटण्याइतका तिचा लळा लागला आपल्याला.

आपल्याकडे येणाऱ्या कांचनशी तिचा परिचय सहजच वाढत गेला आणि त्याचा परिणाम? - स्नेह आणि वैर यांच्या सीमा एकमेकांना इतक्या बिलगून असाव्यात ना?

आपल्या तंद्रीतून जागे होऊन तिने कांचन व शीला यांच्याकडे पाहिले. दोघेही हसत होती. चित्रपटाकडे लक्ष नसल्यामुळे रेखाने या हसण्याचा विपरीतच अर्थ केला!

बोलपट संपल्यावर उठता उठता शीला म्हणाली,

"कसं आहे चित्र रेखाताई?"

"छान!"

"आंधळा आवडला की नाही तुला?"

"आंधळा आवडायला मी काही आंधळी नाही शीलाताई!"

तिच्या या उत्तराने शीला चमकली! पण लगेच कांचनकडे वळून म्हणाली, "दीपक नि रूपकुमारी यांना आताच विसरून गेले मी. आंधळा सूरदास नि कल्लूकी मां, यांची आठवण मात्र पुष्कळ दिवस राहील मला!"

"फुलाचा रंग मनुष्य लवकर विसरतो, पण त्याचा सुवास काही विसरता येत नाही त्याला." कांचनने उत्तर दिले.

फुले! सुवास! कांचन आणि शीला यांची मने मिळाल्यामुळे त्यांचे उद्गारसुद्धा एकरूप झाले आहेत असा रेखाला भास झाला.

काटा टोचलेल्या जागी सुईने खूप टोकरावे, पण काटा मिळू नये आणि टोकरल्यामुळे पाय मात्र दुखू लागावा, तसे रेखाचे झाले. त्या रात्री स्वस्थ अशी झोप तिला आलीच नाही. एखाद्या खोडकर मुलाप्रमाणे तिचे मन अर्धवट झोपेतही चाळे करीत होते. कांचनने शीलाकडून घड्याळ केव्हा नेले हे रेखाला ठाऊकच नव्हते. आपण नसताना त्या दोघांच्या गाठीभेटी होतात हे ओघाने आलेच! ज्या भूमीवर आपण सुखमय भविष्याचे मंदिर उभारीत होतो, तिचे स्वामित्व दुसऱ्याकडे जात आहे ही कल्पना रेखाला अगदी असह्य झाली.

दुसरे दिवशी सकाळी ती उठली ती मलूल मुद्रेनेच. पहाटे उठून अलजिब्रा सोडवीत बसलेल्या शीलाने खुर्चीवरूनच तिला विचारले,

"आज कळी कोमेजलीशी इतकी?"

"ऊन पाण्यात कळ्या उमलतात का कधी?"

रेखाचे काहीतरी बिनसले आहे अशी शीलाची खात्री झाली. पण तीही काही कमी मानी नव्हती. परीक्षेत पहिला वर्ग पटकावयाचा असल्यामुळे तिला आवंढा गिळायलाही फुरसद नव्हती. रेखाने मौनव्रत धरले हे अभ्यासाच्या दृष्टीने तिच्या पथ्यावरच पडले. एकदोनदा रेखाची विचित्र दृष्टी पाहून तिला कसेसेच वाटले! तिच्या गळ्यात गळा घालून, ती का कुढत आहे हे विचारण्याचा उमाळासुद्धा तिला आला. पण तिच्या प्रेमळ हृदयाला अभिमानाने मागे ओढून धरले आणि ती स्वस्थ बसली. कांचनने पाठविलेल्या पत्राचे पाकीट आपण फाडून टोपलीत टाकले होते याची शीलाला आठवणही नव्हती; मग ते तुकडे घेऊन त्याच्यावरील अक्षरे न्याहाळीत रेखा किती वेळ बसली होती याची तिला कुठून कल्पना येणार?

रेखा आणि शीला यांच्या खोलीतली नेहमीची किलबिल कमी झाल्याची

जाणीव इतर विद्यार्थिनींनासुद्धा झाली. त्या शांततेचे त्यांना आश्चर्य वाटले. नाही असे नाही. 'परीक्षेच्या वादळापूर्वीची शांतता दिसतेय ही!' असे बोलून त्यांनी आपले समाधान करून घेतले.

पण परीक्षेच्या वादळाची शीलाला यत्किंचितही भीती वाटत नव्हती. रेखाच्या मनातल्या वादळाची मात्र तिला काही कल्पना येईना! तिचे घुमेपण वाढूच लागले. उखाण्याशिवाय तर ती बोलतच नसे मुळी! एकदा हातात पुस्तक घेऊन वर शून्य दृष्टीने पाहणाऱ्या रेखाला शीला म्हणाली,

"परीक्षा जवळ आली हं रेखा!"

"तुझी! माझी नाही."

एवढेच उत्तर देऊन तिने डोळे झाकून घेतले.

परंतु या वादळाचा अंत अगदी अनपेक्षित रीतीने झाला. रेखाचा दादा एकेदिवशी अचानक आला आणि त्याने तिचे लग्न लवकरच होणार असल्याची मंगल वार्ता सर्वांना कळविली. 'आता काय नटी होणार तू!' म्हणून बरोबरच्या विद्यार्थिनींनी रेखाला चिडवायला सुरुवातही केली. थट्टा किती गोड असू शकते, याचा अनुभव ती घेऊ लागली.

अहेराच्या वेळी रेखाच्या इतर आवडत्या वस्तूंबरोबर एक पुस्तकही शीलाने दिले.

"अलजिब्रा नाही ना?" रेखाने खट्याळपणे विचारले.

शीला नुसती हसली.

रेखाने पुस्तकाचे वेष्टन सोडून पाहिले. एका प्रसिद्ध कादंबरीकाराची नवी कृती होती ती!– 'सुवास'

रेखाच्या डोळ्यांपुढे पारिजाताची फुले आणि 'भाग्यचक्र' बोलपट उभा राहिला.

सुखाचा काळ कसा हरिणासारखा धावतो. परीक्षेच्या हुसक्याने रेखा एखादे वेळी भिऊन जागी होई आणि आपण लवकरच माता होणार या जाणिवेने स्वतःशीच लाजून उशीत तोंड लपवी. या लाजऱ्या मनःस्थितीत तिच्या डोळ्यांपुढून गेल्या वर्षातली विविध दृश्ये हसत हसत निघून जात. महाबळेश्वरातल्या मधुचंद्राचे चांदणे अजून आपल्याभोवती पसरलेच आहे असा तिला भास होई. जूनमध्ये लागलेल्या दुसऱ्या बोलपटातले कांचनचे काम तर पहिल्यापेक्षाही उठावदार वठले होते. त्या बोलपटातील एकच गोष्ट रेखाला आवडली नाही. ती म्हणजे कांचनच्या मनगटावर चमकणारे शीलाचे घड्याळ.

आणि सप्टेंबर-ऑक्टोबरात कांचन व रेखा फिरायला जात तेव्हा शीला त्यांना बहुधा भेटे. एकदा कांचनने तिला आपल्या चालू असलेल्या बोलपटाचे शूटिंग पाहायला येण्याचा फार आग्रह केला. तिने हसत हसत उत्तर दिले,

"आमचंही शूटिंग चालू आहे की!"

"कसलं?"

"घोकंपट्टीचं! या कथानकात फिजिक्स नवरा, केमिस्ट्री त्याची बायको. बाई स्वभावानं फार गरीब; पण नवरा मात्र–"

कांचनच्या हशामुळे पुढचे शब्द तिच्या तोंडातून बाहेरच पडले नाहीत. तथापि "मार्चमध्ये परीक्षा संपली की तुमचं शूटिंग, रेखाचं कुकिंग, सारं सारं पाहायला नि राहायला येणार आहे मी!" असे आपणहूनच तिने सांगितले.

कांचनच्या आग्रहामुळे बाळंतपण पुण्यातच करायचे ठरले. रेखाची एक विधवा मामी घरात राहायला येणार होतीच. रेखाची प्रकृती सहाव्या सातव्या महिन्यापासून फारशी चांगली नव्हती. म्हणून तिच्या दादानेही तिला माहेरी नेण्याचा हट्ट धरला नाही.

योग्य वेळी रेखाची सुखरूप सुटका होऊन मुलगा झाला. तिच्या प्रकृतीवरून तिला ताप येईल अशी डॉक्टरांना भीती होती; पण पहिला दिवस अगदी उत्तम गेला. दुसरे दिवशी कांचनबरोबर शीला सूतिकागृहात आली. तिची परीक्षा संपली असून ती रेखाच्या घरीच आजपासून राहायला येणार होती. 'बारशाच्याच तयारीला आले आहे मी भाच्याच्या!' हे तिचे उद्‌गार ऐकून रेखा खुदकन हसली; पण पलंगावर पडल्या-पडल्या कांचन व शीला यांच्या जोडीने जाणाऱ्या पाठमोऱ्या मूर्ती तिने पाहिल्या. नकळत ती स्वत:शी विचार करू लागली. दुसरे दिवशी तिला थोडा ताप आलेला पाहून डॉक्टरांना आश्चर्य वाटले. कांचन व शीला आठ दिवस घरात अनिर्बंध राहणार या गोष्टीवर तिने रात्रभर विचार केला होता, ही गोष्ट तिथे धन्वंतरी असता तरी त्याच्या लक्षात आली नसती!

अकराव्या दिवशी रेखा घरी आली ती कुरमुरीत स्थितीतच! कांचनच्या बोलपटाची तर अगदी लग्नघाई सुरू झाली होती. अर्थात बारसे लांबणीवर टाकणे भागच होते.

मधल्या आठ दिवसांत शीला काय करीत होती, याची रेखाने मामींच्यापाशी हळूच चौकशी केली. दोघे अपरात्री फिरायला जात, घरी फोनो लावून हसतखिदळत बसत, एकदा तर कांचनने दिलेले फूल या विधवा पोरीने आपल्या केसात खोवून आरशापुढे जाऊन आपला चेहरा पाहिला, एक ना दोन- शंभर गोष्टी मामींनी रेखाला सांगितल्या. कांचनने आपल्याला फसविले, निदान आज ना उद्या तो आपला विश्वासघात करणार, या गोष्टीपलीकडे रेखाचे चित्त धावच घेईना. आपला पती कुशल नट आहे याचा तिला केवढा अभिमान वाटत असे! पण तोच आता अवगुण झाला! दर चित्राला नव्यानव्या मोहक नटी ज्याच्या दृष्टीला पडायच्या, त्याचे आपल्यावरचे प्रेम अढळ कसे राहणार, असे ती आता उलट स्वत:ला विचारू

लागली. दुर्बळ प्रकृतीमुळे अनेक वेळा कांचनच्या आनंदाचा आपल्या हातून विरस झालेला तिला आठवला. एकदा महाबळेश्वरला फिरायला गेल्यावर आपण विचारले होते– ‘‘घाईशी केली एवढी लग्नाची?’’

त्याने सांगितलेले सगळेच काही तिला समजले नव्हते. पण त्याला स्वत:चीच भीती वाटत होती, एवढे मात्र त्यावेळी तिला कळून चुकले होते. तो पुरावाही आता त्याच्या विरुद्धच जाऊ लागला.

कांचनबरोबर शीला दररोज रात्री शूटिंग पाहायला जाई. संध्याकाळीही दोघे फिरायला जात. शीला घरची मालकीण असून आपण पाहुण्या आहोत ही विकृत कल्पना अंथरुणावर पडल्यापडल्या रेखाच्या मनात थैमान घालू लागली. शीलाला मधून मधून घरातले काम करावे लागते हे पाहून एकदा कांचन म्हणाला,

‘‘घरासारखं व्हावं लागतं हं पाहुण्याला!’’

‘‘सारखं कसलं? घरच तिचं आहे की!’’ रेखा उद्‌गारली.

शीलाने रेखाकडे पाहिले! तीच वर्षापूर्वीची विचित्र नजर! तिच्या मनात प्रकाश पडला. मत्सराच्या विषावाचून डोळे असे तारवटायचे नाहीत. रेखाचे पदोपदी घालून-पाडून बोलणे चटकन तिच्या ध्यानात आले. कांचन बाहेर गेलेला पाहून तिने रेखाचा निरोप घेतला.

शीला एकदम का निघून गेली हे कांचनच्या लक्षात आले नाही! रेखाकडून काही कळेना! दोघींचे काहीतरी भांडण झाले असावे, एवढे मात्र त्याने ताडले. दुसरे दिवशी सकाळपर्यंत वाफ निवून जाईल या कल्पनेने तो स्वस्थ राहिला.

सकाळच्या पत्रात रेखाच्या नावचे एक पत्र होते. वरचे अक्षर शीलाचे आहे हे कांचनने ओळखले. त्याचे आश्चर्य द्विगुणित झाले. रेखाला पत्र देऊन तो बाहेर आला. थोड्या वेळाने त्याने आत पाहिले. रेखा डोळे पुशीत होती. तिचे सांत्वन करण्याकरिता तो आत गेला. तिने त्याच्या हातात दोन पत्रे टाकली. त्यातले एक तर त्याने स्वत:च वर्षापूर्वी लिहिलेले होते. शीलाचे पत्र तो वाचू लागला.

‘प्रिय रेखाताई,

तुझी प्रकृती अधिक बिघडू नये, म्हणून मी एकदम निघून आले. कांचनना म्हणावे, मला क्षमा करा.

रेखाताई, मी माणूसच आहे, राग-लोभाप्रमाणे मत्सरही जगात असायचाच, हे मला कळते. पण त्याला काही आधार, मर्यादा नाही का? गुलाबाच्या वासासाठी त्याचे काटे बोचले तरी कुणी पर्वा करीत नाही; पण मुद्दाम बाभळीच्या काट्यांवरून चालत जाण्याचा वेडेपणा कोण करील?

सोबत कांचनांचे तुझ्या लग्नापूर्वी कितीतरी आधी मला आलेले पत्र पाठविले आहे. त्यांचे प्रेम मला हवे असते तर त्यांच्या मागणीला मी नकार दिलाच नसता.

डॉक्टरीण होऊन मिशनरी लोकांप्रमाणे खेड्यापाड्यांत काम करण्याचे ध्येय मला हाक मारीत नसते, तर मी आनंदाने त्यांची पत्नी झाले असते. मी 'नाही' म्हटले. तू त्यांची राणी झालीस. तुझ्या वैभवाचा मी क्षणभरही हेवा केला नाही, करणार नाही.

पण पत्नी झाले नाही म्हणून मी त्यांची मैत्रीणही होऊ नये हा कोणत्या मुलखातला न्याय? स्त्रीपुरुषांच्या स्नेहाकडे निर्मळ दृष्टीने आपल्याला पाहताच येत नाही अजून! सोडतीतले दहा हजारांचे बक्षीस न घेता एखाद्याने दहा रुपयांची चोरी केली ही गोष्ट तुला खरी वाटेल का?

रेखाताई, फुलाजवळ जाणारे मनुष्य मधासाठीच जात आहे असे फुलपाखराला वाटते. दूर उभे राहून सहज येणाऱ्या सुवासावर संतुष्ट होणारी माणसे असतात याची कल्पना त्याला कशी आणून द्यायची? अधिक-उण्याबद्दल क्षमा कर. बाळाला गोड पापा. त्याचे नाव ठेवल्यावर मला कळव हं.

तुझी,
शीला'

रेखाच्या आग्रहावरून बारशाकरिता आपण बोलवायला आल्याचे कांचनने सांगताच शीला चकित झाली. आपल्या मनाचा गोंधळ लपविण्याकरिता तिने विचारले,

"नाव काय ठरलं बाळाचं?"

"सुवास."

∎

महादेवाचे देऊळ

महादेवाच्या आईचा कोमेजलेल्या फुलाप्रमाणे दिसणारा चेहरा डोळ्यांपुढे उभा असल्यामुळे माझे मन अगदी सुन्न होऊन गेले होते. एकुलता एक मुलगा कायदेभंग करण्याकरता जाण्याचा हट्ट घेऊन बसलेला! वीस–बावीस वर्षे फुलाप्रमाणे तळहातावर खेळविलेला आपला जीव तुरुंगातील निर्दय शिपाई पायाखाली तुडविणार! सोन्याच्या पोचीने खुलून दिसणाऱ्या त्याच्या हातात खराटा देऊन सरकार त्याला रस्ते झाडायला लावील! पित्ताने कपाळ दुखू लागले तर तुरुंगात सुंठ देखील मिळायची नाही; मग सूतशेखराची गोष्ट हवी कशाला? एक ना दोन, किती विचार त्या माउलीच्या मनात उचंबळत असतील! माझ्याकरिता चहा करायला ती केव्हाची स्वयंपाकघरात गेली होती. अजून ती चहा घेऊन कशी आली नाही, असा विचार मनात आला, तोच तिच्या डोळ्यांतून वाहणाऱ्या पाण्याने चुलीतला विस्तवच विझून गेला असेल, अशी विलक्षण कल्पना त्याच्यात चटकन चमकून गेली. महादेव व मी जीवश्चकंठश्च मित्र असल्यामुळे त्याची आई मला स्वत:च्या आईसारखीच वाटे. तिचे दु:ख कमी करण्याचा शक्य तो प्रयत्न आपण केला पाहिजे, असे वाटून मी महादेवाला म्हणालो, ''महादेव, तुम्हा देशभक्तांना हृदयच नसतं का रे?''

''हृदय असतं, पण ते मी आणि माझं कुटुंब एवढ्याचाच समावेश करण्याइतकं संकुचित नसतं.''

''पण आईचे अश्रू पाहून–''

''माझ्या आईच्या अश्रूंकडे लक्ष देऊन जर मी माघार घेतली, तर आईच्या आईचे, तुझ्या माझ्या सर्वांच्या आईचे अश्रू तसेच वाहत राहणार नाहीत का? कोय स्वत:ला जमिनीत पुरून घेते म्हणूनच जगाला गोड आंबे खायला मिळतात.''

इतक्यात आईने माझ्यापुढे चहाचा व महादेवपुढे दुधाचा पेला ठेवला. पितळेच्या पेल्यातील चहा हात पोळेल म्हणून झटकन मी बशीत ओतला आणि आईकडे

वळून म्हणालो, ''आई, महादेव काही ऐकत नाही माझं!'' स्वच्छ आकाशात एकदम अभ्रे यावीत त्याप्रमाणे तिचा चेहरा मलूल झाला. डोळे पुशीत म्हणाली, ''महादेव, तू गेला नाहीस तर चालणार नाही का रे?''

''न चालायला काय झालं? जग कुणासाठीच अडून बसत नाही, आई.''

''तू सगळी इस्टेट देऊन टाकलीस तरी मी हूं का चूं करणार नाही. पण या म्हातारपणी मला सोडून जाऊ नकोस रे बाळ!''

महादेवचे तोंड गोरेमोरे झाले. आकाशातून चांदण्या गळून पडाव्यात त्याप्रमाणे त्याच्या डोळ्यांतून अश्रू ठिबकू लागले. आईने जवळ येऊन पाठीवरून हात फिरविताच त्याने तिच्या कुशीत डोके खुपसले. महादेवाचे सांत्वन करीत आई म्हणाली, ''बाळ, आईची माया आणि पाणी काढायचा राजू ही दोन्ही सारखीच असतात बरं! कळशीच्या गळ्याभोवती दोराचा फास असतो म्हणूनच ती विहिरीत बुडत नाही. पण तू तर सगळेच पाश तोडायला लागला आहेस–''

आईच्या या बोलण्याचे आम्हा दोघांनाही हसू आले. तसे पाहिले तर ती काही फार शिकलेली नव्हती. पण प्रेम मुक्याला बृहस्पती व पांगळ्याला मारुती करते. लोखंड तापलेले असेपर्यंतच त्याच्यावर घाव घालण्यात फायदा असतो हे जाणून मीही लगेच म्हटले, ''महादेव, काही झालं तरी स्वार्थत्याग आंधळा असू नये. तू कायदेभंगाकरिता निघून गेलास तर आईच्या डोळ्याचं पाणी खळणार नाही. पण त्यानं देशाच्या पदरात काही पडेलच अशी खात्री कुठे आहे?'' माझा हा श्रद्धाहीन प्रश्न ऐकताच महादेवाच्या डोळ्यांतील तेज पुन्हा लकाकू लागले. तो आवेशाने म्हणाला, ''मरणाच्या दारी पडलेल्या पोराकरिता आई आपले सर्वस्व खर्च करते. माझं मूल जगेल अशी हमी द्याल तरच मी पैसा खर्च करीन, असं ती वैद्याला म्हणते का? झालं तर मग! बाकी तुम्हा लोकांना हे कधीच समजायचं नाही. चैनीची दारू पिऊन तर्र झालेल्यांना देव काय नि दगड काय, सारखेच. आम्हाला वाटतं की देश हा देवांचा देव- महादेव आहे. या महादेवाचे देऊळ?...''

''म्हणजे स्मशान!'' मी चिडून मध्येच म्हणालो. महादेवाने कायदेभंग न करणाऱ्या लोकांना दारूबाजांच्या पंक्तीला बसविलेले पाहून मला राग आला होता.

महादेव पुढे काहीच बोलला नाही. तो महात्माजींच्या फोटोकडे एकाग्र दृष्टीने पाहू लागला. मातृप्रेम व देशप्रेम यांच्या या द्वंद्वयुद्धाचा समाधानकारक निकाल लागणे शक्य नाही, असे वाटून मी तोंडाला कुलूप घातले. महादेवाच्या डोळ्यांत गंगायमुना आल्या असल्या तरी त्याचे मन मेरुमंदाराप्रमाणे अचल होते. शेवटी आईचा शब्द मोडवेना म्हणून प्रथम गोमन्तकात म्हाडदळ्ला कुलदेवतेच्या दर्शनाला जायचे त्याने कबूल केले. आईच्या आग्रहावरून मीही निघालो.

काळोखातून आमची बोट मालवण सोडून वेंगुर्ल्याकडे जात होती. महादेव

कठड्यावर रेलून आशेच्या किरणांप्रमाणे दिसणाऱ्या तारकांकडे पाहत होता. आई अंथरुणावर पडून देवी काय प्रसाद देईल याचा विचार करीत होती. देवीचा प्रसाद अगर कौल याचा निकाल ती न्यायाधीशाप्रमाणे मान्य करील, याविषयी मला मुळीच शंका नव्हती. पण इंग्रजी शिकलेल्या महादेवाने- आईच्या डोळ्यांतील पाण्यानेही विरघळून न जाणाऱ्या महादेवाने देवाच्या दगडी मूर्तीच्या अंगावरील तांदूळ अगर पाने यांच्या हवाली आपले नशीब करावे, याचे मला राहून राहून आश्चर्य वाटत होते. देवीने 'जाऊ नकोस' असा प्रसाद दिला तर महादेव काय करील? देवाचे प्रसाद अगर कौल जर बिनचूक ठरते तर साऱ्या खटल्यांचा निकाल देवळांतच लागला असता आणि वकिलीचा अभ्यास करायला एकही विद्यार्थी धजला नसता! पडावात बसताना ही माझी शंका मी महादेवापाशी बोलून दाखवली. 'भाव तिथे देव' एवढेच तुटक उत्तर देऊन तो वल्ह्यांनी उसळणाऱ्या पाण्याकडे पाहू लागला.

पाण्याच्या खाली व सभोवती काळोखाचा समुद्र पसरला होता. अनंत अवकाशात भ्रमण करणाऱ्या एखाद्या पक्ष्याप्रमाणे आमची बोट भरभर पुढे जात होती. कप्तानाच्या जीवावर शेकडो लोक मृत्यूच्या जबड्यात सुखाने झोपले होते आणि स्वप्नामध्ये घरी पोचल्यानंतर लाभणारा प्रियजनांच्या भेटीचा आनंद अनुभवीत होते. बोट कशी चालवायची याचे ज्ञान प्रवाशांपैकी एकालाही नव्हते. पण सर्व लोक आपण इष्टस्थळी सुरक्षित पोचणारच या श्रद्धेने प्रवास करीत होते. महादेवाची गांधीजींवर अशीच श्रद्धा आहे म्हणून सर्व दु:खाला कवटाळायला तो तयार झाला आहे, त्याच्या आईची म्हाडदळच्या म्हाळसेवर नि:सीम श्रद्धा आहे म्हणूनच तिने देवीच्या प्रसादावर मुलाचे जाणे अवलंबून ठेवले आहे, इत्यादी विचारांनी माझे मन व्यापून टाकले. श्रद्धा जाणूनबुजून आंधळेपण पत्करते, म्हणूनच ती गांधारीप्रमाणे पुण्यवान होते. गांधारीने जसे दुर्योधनाला वज्रदेही केले, त्याप्रमाणे श्रद्धा चंचल मनालाही कार्यप्रवृत्त करते. बोट पणजीला पोचेपर्यंत माझ्या मनात श्रद्धेविषयीचेच असले अनेक विचार सुरू होते.

बोटीतून उतरताना औपचारिक नाडी-तपासणी झाली. वैद्याने केलेली तपासणी व ही तपासणी यांत श्रद्धा व व्यवहार यांच्याइतके अंतर आहे असे मनात येते न येते तोच गोव्याच्या भाषेतील विशिष्ट शब्द व हेल यांच्याकडे माझे लक्ष गेले. सोईसाठी स्पेशल मोटार करून आम्ही तडक म्हाडदळचा मार्ग सुधारला. हुबेहूब आईसारख्या दिसणाऱ्या मुलीप्रमाणे छोटी मुंबई वाटणारी पणजी, गोमन्तकाच्या भूमीला आशीर्वाद देण्याकरताच की काय खाडीच्या रूपाने डाव्या बाजूला रत्नाकरने पसरलेला आपला हात, खाडीच्या पलीकडे वसंताची पट्टराणी शोभेल इतकी सुंदर दिसणारी वनश्री, या गोष्टी पाहत आम्ही पुढे चाललो. चारपाच मैल गेल्यावर

उजव्या हाताला एक भव्य इमारत दिसू लागली. चौकशी करता झेवियरचे चर्च आहे असे कळले. ही भव्य इमारत ओझरती तरी पाहावी असे वाटून मी व महादेव खाली उतरलो. आईची चर्च पाहण्याची इच्छा नव्हती. तिचे लक्ष म्हाळसेच्या प्रसादाकडे लागले असावे! पण आम्ही दोघांनी आग्रह केल्यामुळे ती आमच्याबरोबर आली. एखाद्या राजवाड्यालाही लाजविणारे भव्य दिवाणखाने, सूर्यकिरणांनी रंगून गेलेल्या मेघाप्रमाणे दिसणारी छते, तारकाखचित आकाशालाही लाजविणारे नक्षीकाम, या सर्व गोष्टी पाहून आम्ही विस्मयचकित होऊन गेलो. आमचा ड्रायव्हर म्हणाला, "इथं देऊळ होतं पूर्वी!"

"देऊळ?" आईने आश्चर्ययुक्त स्वराने विचारले.

"होय, आई! एका कोट्यधीश सावकारानं हे देऊळ बांधलं होतं म्हणे. या देवाकरता दररोज काशीहून गंगेचं पाणी येत असे. त्या देवळाचा कळस हिऱ्यांचा होता असं सांगतात. पण बाटाबाटीच्या वेळी जिवाच्या भीतीनं तो सावकार नि सारे पुजारी पळून गेले आणि मंदिराची मिलागर झाली!"

"मिलागर म्हणजे?"

"मिलागर म्हणजे चर्च."

ड्रायव्हर पुढे काहीच बोलला नाही. आम्ही सर्व जड पावलांनी चर्चच्या बाहेर आलो. आई महादेवकडे वळून म्हणाली, "हे सारं आपलं– हिंदूंचं होतं ना?" महादेवाने होकारार्थी मान हालविली. आई पदराने डोळे पुसू लागली. गतविभूतीप्रमाणे गतवैभवाची आठवणही मनुष्याचे मन उचंबळवून टाकते. तिची ती स्थिती पाहून महादेव म्हणाला, "आई, एका देवळाचं चर्च झालं म्हणून तुला इतकं वाईट वाटतं. पण आज साऱ्या देशभर सोन्यासारख्या बुद्धीची माती होत आहे. रक्ताचं पाणी करावं एकानं, आणि त्या पाण्यानं मळे पिकावेत दुसऱ्याचे, अशी स्थिती चालली आहे-"

कायदेभंगाची आवश्यकता पटविणारे हे महादेवाचे बोलणे वाढू नये म्हणून शिखराकडे बोट दाखवून मी म्हणालो, "तो पाहा क्रॉस."

ड्रायव्हर म्हणाला, "हिऱ्याचा कळस जाऊन त्याच्या जागी क्रूस आला हा. इथल्या या साऱ्या मिलागरींवर क्रूस आहे. पण त्या पलीकडच्या महादेवाच्या देवळावर मात्र नाही. क्रूस टिकतच नाही त्याच्यावर!" ही विलक्षण गोष्ट ऐकून महादेवाचे देऊळ ऊर्फ चर्च पाहण्याची विलक्षण उत्कंठा आम्हाला वाटू लागली. जवळ जाऊन पाहिले तो चर्च अगदी सामान्य! पण वर क्रॉस मात्र नाही. क्रॉस नसण्याचे कारण ड्रायव्हरला विचारताच तो म्हणाला, "ते झेवियरचं चर्च म्हणजे मोठ्या सावकाराचे देऊळ होतं! हे चर्च काही तसं नाही. एका गरीब बाईला सांबाची पिंडी सापडली, तिची तिनं इथं स्थापना केली नि आपलं घरदार विकून लहानसं

देऊळ बांधलं. बाटाबाटीच्या वेळी सावकार आणि त्याचे नोकरचाकर आपलं देऊळ सोडून पळून गेले पण ती बाई या महादेवाच्या देवळातून काही हालली नाही. महादेवाची पिंडी पाद्री लोक भ्रष्ट करतील म्हणून ती त्या पिंडीला मिठी घालून बसली. त्या दुष्टांनी तिचे तुकडे तुकडे केले, तेव्हा हे देऊळ त्यांना मिळालं. अंगावर घाव पडले तरी 'माझा सांब बाटू देणार नाही मी!' असं ती बाई ओरडत होती.'

ही दंतकथा होती की सत्यकथा होती कुणाला ठाऊक! पण तिने एका रम्य आणि उदात्त अशा नव्या जगात आम्हाला नेले.

''स्वत:च्या रक्ताचा अभिषेकच केला तिने सांबाला!'' अश्रुपूर्ण डोळ्यांनी आई म्हणाली.

''आज इतकी वर्षं झाली. देवळाचं चर्च झालं. पण त्याच्यावर क्रूस मात्र राहत नाही. आज चढविला तर उद्या सकाळी खाली पडलेला दिसतो. त्या बाईचा महादेव बाटला नाही हेच खरं.'' ड्रायव्हर सांगत होता.

''भाव तिथं देव!'' दीर्घ नि:श्वास टाकून मी म्हणालो.

महादेवाकडे पाहत सद्गदित कंठाने आई म्हणाली, ''बाळ, म्हाडदळला जाऊन प्रसाद लावायला नको आता! इथंच महादेवानं प्रसाद दिला हा. तू खुशाल कायदेभंग करायला जा.''

आवेगाने थरथर कापत ती खाली बसली. तिचे सांत्वन करण्याकरिता महादेव तिच्याजवळ जाऊन बसला. क्रूस नसलेले महादेवाचे देऊळ व क्रूस डोक्यावर धारण करणारे झेवियरचे चर्च या दोन्ही इमारतींकडे मी आळीपाळीने पाहू लागलो. लक्षाधीश सावकाराचे देऊळ आज परधर्माच्या गुलामगिरीचा छाप कपाळी घेऊन बसले आहे. पण एका भिकारणीचे देऊळ तो छाप हां हां म्हणता पुसून टाकीत आहे. महादेवाच्या देवळाकडे तोंड करून मी वंदन केले. सांबाच्या पिंडीला कवटाळून बसलेली ती भिकारीण मला दिसू लागली. 'माझा सांब बाटू देणार नाही मी!' अशी गर्जना ती करीत आहे असा मला भास झाला. मी काय करीत आहे याचे भान न राहून मी त्या चर्चपुढे साष्टांग नमस्कार घातला.

(१९३०) ∎

ताईचा फोटो

श्री गजानन वसतिगृहाच्या सूचना-फलकापुढे मुलांची ही गर्दी झाली होती! महात्मा गांधींच्या आगमनप्रसंगी हातपाय चेंगरले तरी लोक जसे आतुरतेने पुढे जात असतात त्याप्रमाणे कुणी कोपराने पुढच्याला लोटून, कुणी डोळे बारीक करून, तर कुणी चवड्यावर उभे राहून नोटीस-बोर्डाचे दर्शन घेत होते. शेवटी पाय चेंगरल्यामुळे त्यांतला एक ओरडून म्हणाला, "आषाढी एकादशी दिवशी पंढरपूरला विठोबाचं दर्शन घ्यायला देखील इतका त्रास पडत नसेल!" काल फुटबॉल खेळताना ज्याचा हात खरचटला होता असा विद्यार्थी किंचाळला, "स्वयंवर संपल्यावर थेटरातून बाहेर पडताना देखील इतके गुदमरायला होत नसेल!" या धक्काबुक्कीत कुणाला बोर्डावरील नोटीस नीट दिसत नाही असे पाहून तिसऱ्या एकाने सूचना केली, "वीरहो, बोर्डावर तुटून पडण्यात काय मतलब आहे? बोर्डाजवळ असलेल्यांपैकी कुणाला वाचता येत असेल तर नोटीस वाचा अन् आमचे कान पवित्र करा!" ह्या सूचनेचा स्वीकार होऊन बोर्डाजवळ असलेला एक मुलगा वाचू लागला–

"वसतिगृहातील विद्यार्थ्यांच्या हिताकरिता नवे दोन नियम करण्यात येत असून ते उद्यापासून अंमलात येतील.

(१) सकाळी सर्वांनी दूधच प्याले पाहिजे. कोणाला कोणत्याही सबबीवर चहा मिळणार नाही. दुकानात जाऊन चहा घेणारांना कडक शिक्षा होईल.

(२) दारावर भय्याचा पहारा असल्यामुळे बुधवार-शनिवारच्या नाटकांना मुलांना जाता येत नाही; पण वसतिगृहातील विद्यार्थी रविवारच्या नाटकांना परवानगीवाचून जातात, असे आढळून आले आहे. बिगरपरवानगीने नाटकाला जाणाऱ्या विद्यार्थ्यालाही कडक शिक्षा केली जाईल.

रा. प. पटवर्धन

सुपरिंटेंडेंट, श्री गजानन वसतिगृह"

हे नियम सर्व विद्यार्थ्यांच्या कानांना तापलेल्या तेलाप्रमाणे वाटले.

''अन्याय! घोर अन्याय!'' एक ओरडला. ''हिंदुस्थानला म्हणे स्वयंनिर्णय पाहिजे! नि विद्यार्थ्यांना आपण काय प्यावं, हे ठरविण्याचा देखील हक्क नाही!''

''चहा नाही तर हिंदुस्थानला स्वराज्य कसलं मिळतं डोंबलाचं?'' काळ्याला वाचा फुटली. ''मराठे व इंग्रज या पुस्तकात मराठेशाही कशाने बुडाली याची जी कारणे दिली आहेत ती सारी खोटी आहेत. मराठेशाही बुडण्याचं कारण एकच! नि ते दुसरा बाजीराव, बापू गोखले, त्रिंबकराव डेंगळे, वगैरे मंडळी चहा पीत नव्हती हेच आहे! इंग्रजांनी तागडीने राज्य मिळविलं की तरवारीने, असा वेडगळ प्रश्न विद्वान विचारतात. माझं ठाम मत असं आहे की, त्यांनी चहानं राज्य मिळवलं!''

''शाबास! वन्समोअर!'' काही विद्यार्थी ओरडले.

''या शोधावर अवश्य ग्रंथ लिही तू. नोबेल-प्राईझ मिळेल मॅट्रिक व्हायच्या आधीच!''

''चहा नाही तर अभ्यास कसा व्हायचा?'' दूर उभा असलेला एक मुलगा म्हणाला.

''खरंच. स्त्रीला जसा कुंकुमतिलक तसा विद्यार्थ्यांना चहा. ही वैधव्यदशा बळजबरीनं आमच्यावर लादण्याचा सुपरिंटेंडेंटला काय अधिकार आहे?'' वसतिगृहाचे राजकवी म्हणाले.

''चहानं प्रकृती खराब होते, असं तरी एक वेळ म्हणता येईल. पण नाटकांनी काय घोडं मारलं आहे असं? उलट, हाडकुळी मुलं नाटकात गेल्यावर लठ्ठ होतात, असा अनुभव आहे.'' झोकदार भांग काढलेले गृहस्थ उद्‌गारले.

''शिवाय 'नाट्यं भिन्नरुचेर्जनस्य बहुधाप्येकं समाराधनम्' असं कविकुलगुरूंचं वचनच आहे.'' संस्कृतस्कॉलरनी पांडित्य केले.

''अहो भावी जगन्नाथ शंकरशेट, तुमच्या कविकुलगुरूंना विचारतो कोण या वसतिगृहात? इथले साहित्याचार्य, कविकुलगुरू, सरस्वतिकंठमणी, एंपरर ऑफ इंडिया, लीग ऑफ नेशन्स- सर्व काही रा. प. पटवर्धन, सुपरिंटेंडेंट, श्रीगजानन वसतिगृह हे आहेत!'' काळे संतापाने म्हणाला.

''पटवर्धन आले वाटतं हं!'' काळ्याचा सोबती सुखात्मे रस्त्याकडे पाहत म्हणाला.

''पळा तर आता आपापल्या खोल्यांकडे.''

''सकाळीच कुठे गेले होते पण हे?''

''चहा प्यायला असतील!''

''छट् त्या आरोग्यमंडळाची सभा असेल! नाही तर इथं कुठलीशी नाटकमंडळी आली आहे, तिला आपलं नाटक दाखवायला गेले असतील.''

या वाक्यावर टीका सुरू होणार इतक्यात सुपरिंटेंडेंट वसतिगृहाच्या फाटकापाशी आलेले दिसले. बागुलबोवाला पाहून भिणाऱ्या मुलाप्रमाणे ज्याने त्याने धडधडणाऱ्या छातीने आपली खोली गाठली.

मोठेपणाचे जे अनेक तोटे आहेत त्यांतील प्रमुख लहान मुलाप्रमाणे रडून एखादी गोष्ट मिळविता येत नाही हा होय. गजानन वसतिगृहाच्या इंग्रजी शाळेत जाणाऱ्या मुलांना हाच पेच पडला. चहाच्या भावी वियोगाने त्यांचा कंठ दाटून येत होता. पण रडणे मात्र त्यांना शक्य नव्हते. एकाने चहाच्या हद्दपारीबद्दल निषेधदर्शक सभा भरविण्याचा बूट काढला. उंट पोटात खूप पाणी घेऊन सहारासारख्या निर्जल मैदानातून ज्याप्रमाणे प्रवास करतो, त्याप्रमाणे आपणही आज यथेच्छ चहा पिऊन वसतिगृहातील निश्चहा (सदरहू विद्यार्थी व्याकरणात नेहमी नापास होत असल्यामुळे या समासाला वाचकांनी नावे ठेवू नयेत!) जीवन कंठावे, अशी सूचना दुसऱ्याने पुढे आणली. तिसऱ्याने चहाद्रोह हा राजद्रोहापेक्षाही मोठा गुन्हा असल्यामुळे सरकारने सुपरिंटेंडेंटना पाच वर्षे आसामातील चहाच्या मळ्यात पाठवावे अशा अर्थाचे पत्र वर्तमानपत्रांतून प्रसिद्ध करण्याची युक्ती पुढे मांडली. पण दारिद्र्याप्रमाणे दुर्बलाच्याही मनोरथांची उत्पत्ती व विलय एकाच वेळी घडून येतात. मांजराच्या गळ्यात घाट बांधण्याची किंबहुना एखाद्या कुत्र्याला छू: करून त्यांच्यावर सोडण्याची कल्पना पुष्कळ उंदरांना सुचत असेल! पण ती अंमलात आणण्याचे धारिष्ट कोणालाच होत नाही.

संध्याकाळी सुपरिंटेंडेंट फिरून येऊन पाहतात तो आपल्या खोलीच्या दारावर अनेक कागद चिकटविलेले असून त्याला गावातील रहदारीच्या गल्लीच्या कोपऱ्याची व कोर्टातील नोटीस- बोर्डाची कळा आलेली आहे! उजव्या दारावरील अगदी वरचा जाड्या अक्षरांचा कागद "चहा पिणे हा माझा जन्मसिद्ध हक्क आहे!" या सुभाषिताने अलंकृत झालेला होता. त्याच्याखाली "हे कोण बोलले बोला! पिऊ नको बाळ चहाला" या ओळींचा कागद असून "भवभूतीच्या उत्तररामाप्रमाणे गोविंदाग्रजांची ही कविता दगडांना देखील पाझर फोडील असे टीकाकार म्हणतात; पाहू या आमच्या सुपरिंटेंडेंटना फुटतो की काय ते!" या गद्याची त्यांना जोड देण्यात आली होती. त्याच्या खालच्या कागदावर केशवसुतांच्या 'तुतारी'तील पहिल्या कडव्याचे विडंबन करून खालील ओळी लिहिल्या होत्या –

"एक चहा-कप द्या मज आणुनि
पिईन मी जो स्वप्राणाने
पाहिन नाटक भेदुनि गगने
दीर्घ ज्याचिया त्या घुटक्याने

असा चहा-कप द्या मज आणुनि!''

डावे दारही असेच निरनिराळ्या लेखांनी नटले होते. वरच्याच कागदावर 'नव्या म्हणी' हे शब्द तांबड्या शाईत काढले होते. या शब्दाखाली (१) सुपरिंटेंडेंटनी चहा बंद केला म्हणून गावातली चहाची दुकाने बंद होत नाहीत. (२) राजा करील ती पूर्वदिशा, भट करील ती अमावास्या आणि सुपरिंटेंडेंट करील तो नियम वगैरे नवे वाक्प्रचार लिहिले होते. ह्या कागदाखालच्या कागदावर तर फारच बहारीचा मजकूर होता.

खून, भयंकर खून!

केव्हा? उद्या.

कुठे? गजानन वसतिगृहात.

कुणाकडून? सुपरिंटेंडेंटकडून

कुणाचा? सर्व मुलांचा.

कशाने? चहा न देण्याने.

पटवर्धनांना हे सर्व लिखाण वाचून रागापेक्षा हसूच आले. मुलांच्या सुडाची मर्यादा सहसा कागदापलीकडे जात नाही, हे त्यांना पक्के माहीत होते. मुलांचा राग म्हणजे गारांचा पाऊस. अंगाला गारा थोड्याशा झोंबल्या तरी त्या जशा पटापट वेचून खाता येतात, त्याप्रमाणे बालकांच्या रागात थोडेसे तिखटमीठ असले तरी बहुतेक भाग हास्यविनोदाच्या मध-साखरेनेच भरलेला असतो. या लिखाणाला एखाद्या राजद्रोही लेखाचे स्वरूप देऊन वसतिगृहातील सर्व विद्यार्थ्यांची झडती घेण्याचा विचार पटवर्धनांच्या मनाला शिवलादेखील नाही. त्यातले शेवटचे अक्षर सुखात्मे नावाच्या एका नव्या व हुषार विद्यार्थ्याचे असावे, असा संशय आल्यावरून त्याला मात्र त्यांनी बोलावून आणले. सुखात्म्याच्या पोटात शिरण्याचा त्यांनी पुष्कळ प्रयत्न केला; पण त्याने चक्क कानांवर हात ठेवले. 'ताईच्या फोटोला स्मरून मी सांगतो, मला यातलं काही ठाऊक नाही!' तो शेवटी म्हणाला. ताईच्या फोटोवर त्याची किती भक्ती आहे हे माहीत असल्यामुळे त्याच्या शेवटच्या वाक्याने पटवर्धनांचे समाधान झाले.

सुखात्मे खोलीत परत आल्यावर तो व त्याचा सोबती काळे यांचे संभाषण सुरू झाले.

काळे : काय सुखात्मे? काय म्हणतात सुपरिंटेंडेंट? धर्मक्षेत्रे कुरुक्षेत्रे किमकुर्वत संजय?

सुखात्मे : चोर सोडून संन्याशाला सुळी द्यायला लागले! म्हणे त्यांच्या दरवाज्यावर चिकटवलेल्या एका कागदातील अक्षर माझ्या अक्षरासारखं आहे. मी जर ते लिहिलं असतं तर मुद्दाम निराळं अक्षर नसतं का काढलं? शेवटी ताईच्या

फोटोची शपथ घेतली तेव्हा सुटका झाली.

काळे : ते कागद कोणी लिहोत, उद्याच्या चहाचं काय करायचं? चहाची सवय एकदम थोडीच सुटते! थेंबे थेंबे तळे आटे, हे या एम.ए. झालेल्या रा.प.ला माहीत नाही!

सुखात्मे : तुझं ब्रह्मज्ञान सुपरिंटेंडेंट थोडंच ऐकायला बसले आहेत!

काळे : पुढचं पुढं. पण उद्या तरी चहा प्यायला मिळालाच पाहिजे. येनकेन प्रकारेण चहापानम्-जाऊ द्या साधत नाही तर! उद्या शनिवार. तेव्हा सकाळचीच शाळा आहे. सुटताच गाठू या फक्कडसं दुकान म्हणजे झालं. विचारलंच सुपरिंटेंडेंटनी तर रस्त्यावर एक चुकलेलं लहान मूल आढळलं, त्याला त्याच्या घरी पोचतं करून आलो म्हणून सांगू. हो, जे का रंगले गांजले-

सुखात्मे : हे लहान मूल म्हणजे तू आणि त्याचं घर म्हणजे चहाचं दुकान असंच ना? चहाच्या विरहानं मी तुझ्यासारखा वेडा होणार नाही. माझ्या ताईनं मला चहाची सवय कधी लागूच दिली नाही.

हे बोलत असतानाच टेबलावरील फोटोकडे त्याने कृतज्ञतेने पाहिले. सोनेरी चौकटीत बसविलेला सुमारे पंचवीस वर्षांच्या एका विधवा तरुणीचा तो फोटो होता. त्या फोटोकडे पाहताच सुखात्म्याला कसलीशी आठवण झाली व तो पश्चात्तप्त मुद्रेने म्हणाला, ‘‘आजच्या या नोटिसांच्या गोंधळात मी ताईच्या फोटोची पूजा करायला विसरलोच की!’’ तो टेबलाकडे गेला व सद्गदित कंठाने म्हणाला, ‘‘ताई, चुकलो मी. मला क्षमा करशील ना? तुझ्यावाचून मला कोण क्षमा करणार?’’ त्याचे मन आवेगाने इतके क्षुब्ध झाले होते की, त्याने फोटोतील त्या मूर्तीला साष्टांग नमस्कार घातला. नमस्कार घातल्यानंतर त्याचे मन थोडेसे शांत झाले. तो काळेकडे वळून म्हणाला, ‘‘काळे, तू मला वेडा म्हणशील. पण ताईची आठवण झाली की माझ्या पोटात कसं कालवून येतं रे! आज ताई असती तर बाबांनी माईचं ऐकून मला बोर्डिंगात कशाला पाठविलं असतं?’’

चहाच्या पेल्यातील वादळ आपोआप शांत होते हे काळेला माहीत होते; पण प्रियजनाच्या स्मरणाने उत्पन्न होणारे अंत:करणातील वादळ कसे शांत करायचे, हे त्याला कळेना. तो सुखात्म्याच्या जवळ येऊन त्याच्या पाठीवरून हात फिरवून म्हणाला, ‘‘असं काय बरं! तुझ्या ताईवर तू किती प्रेम करतोस, हे काय आम्हाला कळत नाही? तिचा फोटो कसा सुंदर सोनेरी चौकटीत तू बसविला आहेस!’’

‘‘खरी सोनेरी चौकट नाही ती! दिसते मात्र सोन्याची! ताईची एवढीच काय ती माझ्यापाशी आठवण! पण सोन्याची चौकट करण्याइतका पैसा मला कोण रे देतो? शेवटी परटाकडे द्यायचे कपडे स्वत:च नदीवर धुऊन त्याचे माईकडून मिळणारे पैसे साठविले नि सोनेरी मुलाम्याची ही चौकट केली.’’

“दिसते अगदी सोन्यासारखी पण–”

“माझी ताईदेखील सोन्यासारखी होती.”

“झालं तुझं ताईपुराण सुरू. सारं बोर्डिंग थट्टा करतं तुझ्या ताईच्या फोटोची नि त्याच्या पूजेची! पण तुझं काही वेड जात नाही अजून!”

“सूर्याभोवती नाचण्याचं पृथ्वीचं वेड इतरांच्या उपदेशानं कमी होत नाही, हे कविवचन ऐकलं आहेस का कधी?”

“परीक्षेत आम्हाला नापास करणाऱ्या या अवघड कवींचा मला असा राग येतो की बोलून सोय नाही! मोरोपंत जर आज जिवंत असता तर फाशी गेलो असतो तरी बेहत्तर! पण त्याचा हात कलम करून टाकला असता आधी! तुझ्यासारखा एक फोटो घेऊन त्याची पूजा करीत बसलो नसतो!”

“ताईनं माझ्यासाठी काय काय केलं आहे, हे तुला माहीत नाही रे काळे! माझ्या पोटात कसलासा रोग झाला होता नि ऑपरेशन करायला हवं होतं. माई पैशाची सबब पुढं काढून बाबांना चालढकल करायला लावीत होती. त्यावेळी ताईनं आपले सगळे दागिने विकून माझं ऑपरेशन करविलं बघ. मी विषमानं आजारी असताना तर मला झोप लागली आहे, असं वाटून ती दत्ताच्या फोटोपुढं जाऊन बसली नि ‘देवा, माझं सारं आयुष्य माझ्या भाऊरायाला दे!’ असं म्हणून ती ओक्साबोक्शी रडू लागली. ते शब्द आठवले की कसं भडभडून येतं!”

सुखात्म्याच्या डोळ्यांत अश्रू उभे राहिले. थोडा वेळ गप्प बसून काळे म्हणाला, “आसवांनी काही चहाची तलफ भागायची नाही. चहा पिण्याचा वार शनिवार, असं उद्या करायचं ना?”

“माझ्या खिशात एक फुटकी कवडी देखील नाही! मी पैसे उधळीन म्हणून माईनी माझ्याकडे एक पैदेखील देऊ नका, असं बाबांना सांगितलं आहे. माझ्या खर्चाचे पैसे परस्पर सुपरिंटेंडेंटांकडे येतात, हे काय ठाऊक नाही तुला?”

“पैशाची नको रे तुला काळजी! पिशील तेवढा चहा पाजीन! अगदी आकंठ. मग तर झालं ना? तुझ्यासारखा हुषार मुलगा माझ्याबरोबर असला म्हणजे मी चहा प्यायला गेलो होतो, असं सुपरिंटेंडेंटच्या स्वप्नात देखील येणार नाही.”

“दुसऱ्या एका बाबतीत मला मदत करशील तर तुझ्या बंडात मी सामील होईन.”

“सांग ना तुला कसली मदत हवी ती.”

“इथं नाटक कंपनी आली आहे की नाही, तिच्यात एक आमच्या गावचा मुलगा आहे. मराठी शाळेत आम्ही अगदी जीवश्चकंठश्च होतो म्हणेनास. रविवारी इतर मुलं नाटकाला जातात, हे पाहून त्याचा आग्रह मला मोडवेना- कालच येत्या रविवारी मी येतो, असं त्याला सांगितलंय. पण आता तर नाटकबंदीची नोटीस

लागली. रविवारी सहाच्या नंतर सुपरिंटेंडेंट आम्हाला राहू देणार नाहीत.''

''अरे, नाटक पाहत्याचा वार शनिवार! रविवारलाच काय सोनं लागलंय?''

''पण शनिवारी रात्री नाटक असतं बाबा! दारावरल्या भय्याच्या हातावर तुरी कशा देणार? खिडकीतून जावं म्हटलं तर आपली खोलीही काही तळमजल्यावर नाही. या पहिल्या मजल्यावरून उडी टाकली तर थेटरातलं नाटक बघायला न मिळता इकडे मात्र 'सवाई माधवरावाचा मृत्यू' व्हायचा!''

''खिडकीचा वाममार्ग हवा कशाला आपणाला? भय्याच्या हातावर चांगलीशी अफूची गोळी घातली की काम फत्ते झालंच बघ. त्याला महिनाभर पुरेल एवढी अफू देतो उद्या आणून. जाऊ देत माझे पैसे. मग तर झालं? बस्स ठरलं. चहा पिण्याच्या बाबतीत तू मला मदत करायचीस नि नाटकाला जाण्याच्या बाबतीत मी तुला करायची. हे घे वचन.''

मेघदूतातील यक्षाप्रमाणे काळे वर्गात पळ-पळ मोजीत बसला होता. यक्षाला जशी अलकेची त्याप्रमाणे त्याला चहाच्या दुकानाची नानाविध रम्य चित्रे दिसत होती. मराठीच्या तासाला मास्तरांनी प्रश्न विचारल्याबरोबर झोपेतून जागा झाल्याप्रमाणे चेहरा करून तो म्हणाला, ''आय पार्डन यू सर!''

''बेवकूफ! आय पार्डन यू काय? गद्धा! 'लोक आपल्याला चाहतील असं वागलं पाहिजे' या वाक्यातील 'चाहतील' याचा अर्थ काय?'' काळ्याने बरेच डोके खाजविले; पण चहावाचून ते चालायला तयार नव्हते. मास्तर खेकसून म्हणाले, ''एवढा साधा शब्द कळत नाही तुला? नुसते बटाटेच भरले आहेत वाटतं डोक्यात? चाहतील म्हणजे बरे म्हणतील. लोक आपल्याला चाहतील म्हणजे लोकांना आपण आवडू. समजला का शब्द?''

झोपेत बोलणाऱ्या माणसाप्रमाणे काळे म्हणाला, ''होय सर. चाहणे म्हणजे आवडणे. चहा जसा लोकांना आवडतो तसं आवडणं.'' वर्गात एकच हशा पिकला. पण चहाच्या वियोगाने करुणरसाची मूर्ती बनलेल्या काळ्याचे ओठ एकमेकांपासून किंचित देखील अलग झाले नाहीत.

मराठीचे मास्तर जाऊन इतिहासाचे मास्तर आले. पण काळ्याची चहासमाधी अमेरिकन युद्धातल्या तोफांनी देखील भंग पावली नाही. त्याचे वर्गात लक्ष नाहीसे पाहून मास्तरांनी एकदा विचारले, ''काय रे काळे, अमेरिकन लोकांनी इंग्लंडहून आणलेल्या चहाच्या पेट्या समुद्रात का फेकल्या?''

'ते मूर्ख होते म्हणून' हे उत्तर काळ्याच्या जिभेच्या शेंड्यावर आले, पण जिभेचे प्रायश्चित्त हाताला भोगावे लागणार, असा विचार करून त्याने मनोनिग्रह केला. मनात मात्र त्याने अमेरिकन लोकांना शिव्यांची लाखोली वाहिली. इतिहासाचा

तास संपताच तो सुखात्म्याला म्हणाला, "फुकट नाही इंग्रजांना हिंदुस्थान मिळालं! अमेरिकनांसारखा पाण्यात चहा नाही त्यांनी घातला कधी!"

तीन युगांप्रमाणे वाटणारे तीन तास संपून एकदाची घंटा झाली. पण घण घण वाजणाऱ्या त्या घंटेचा आवाज आज काळ्याला सारंगीपेक्षाही मधुर वाटला. मंत्राने बद्ध झालेल्या सर्पाप्रमाणे तो आतापर्यंत चुळबूळ करीत होता! शाळेबाहेर येताच सुखात्म्याची पावले वसतिगृहाच्या वाटेकडे वळलेली पाहताच तो म्हणाला,

"विसरलास वाटतं वेड्या? तिकडे चहादेव आपली वाट पाहत बसले आहेत ना?"

"नको बोवा तो चहा. चुकून सुपरिंटेंडेंटना कळलं तर काट्याचा नायटा व्हायचा!"

"त्या नायट्यावर माझ्यापाशी आहे रामबाण औषध. अन् सुपरिंटेंडेंट म्हणजे काय दुकानातील कपबशा विसळणारा पोऱ्या आहे, की त्यांना आपण चहा प्यालेला कळून येईल? कांदा-लसूण चोरून खाल्ली तर लपविता यायची नाहीत, पण चहाचं तसं नाही. त्याचं गुपित आपल्या पोटात!"

सुखात्मे काहीच बोलत नाहीसे पाहून काळे पुन्हा म्हणाला, "माझ्या चहावर तुझं नाटक अवलंबून आहे, हे मात्र विसरू नकोस हं!"

बाळमित्राला दिलेल्या वचनाची आठवण होताच सुखात्म्याचे मन व त्याबरोबरच तोंड फिरले आणि तो काळ्याबरोबर चालू लागला. प्रथम कंपनीत जाऊन आज रात्री आपण दोघे नाटकाला येतो, असे त्याने आपल्या दोस्ताला सांगितले. "पहिल्या अंकाच्या दुसऱ्याच प्रवेशात माझं काम आहे; तेव्हा लवकरच ये हं!" नटमित्रानी खास सूचना दिली. फार पुढच्या खुर्च्या आपल्याला नकोत असे सुखात्म्याने बजावल्यामुळे शेवटच्या रांगेच्या अलीकडच्या रांगेतील मध्यवर्ती खुर्च्या मुक्रर करण्यात आल्या. कंपनीतले काम आटोपल्यावर काळे 'अफू, भांग, गांजा, चरस' वगैरे पदव्यांनी भूषित झालेल्या पाट्या धुंडाळू लागला. पहिल्या दुकानदाराने तर 'अफू कशाला रे पाहिजे बाबा तुला? नापास झालास म्हणून जीवबीव द्यायचा आहे की काय?' असाच काळ्याला प्रश्न केला. पण पैशाच्या खणखण आवाजापुढे फालतू प्रश्नांची टुरटूर चालत नसल्यामुळे दोनतीन दुकानांत मिळून भय्याजी खूष होतील, इतका अफूचा नजराणा काळे महाशयांनी संपादन केला. अफू खिशात पडताच तो सुखात्म्याला म्हणाला, "जरा लांबच्याच दुकानात जाऊन चहा घेऊ या. उशीर झाला तर चुकलेल्या मुलाची गोष्ट आहेच आपल्यापाशी. फार झालं तर तो मोटारखाली सापडला होता, असं सांगू!" दोन तीन बोळ मागे टाकून ते एका आडबाजूच्या क्षुधाशांती मंदिरापाशी आले. मंदिराची बाहेरची बाजू आज बरीच स्वच्छ दिसत होती. "आपण येणार म्हणूनच ही स्वच्छता दिसते हं सुखात्मे!"

काळे रंगात येऊन म्हणाला. "पण आज इथं बाहेरच्या बाजूला बसता उपयोगी नाही. हो, आपली वेळ वाईट आहे. सहज कुणी रस्त्यावरून जाताना पाहिलं तर!" ते आतल्या भागात गेले. बाहेरचा भाग ब्रिटिश मुलखातल्या कारभारासारखा दिसत होता; पण आतला भाग मात्र कुत्री, घोडी व मोटारी यात दंग होऊन जाणाऱ्या संस्थानिकाची आठवण करून देत होता. तिथला सारा उकिरडा पाहून सुखात्म्याला शिसारीच आली. पण शिसारी येऊन करतो काय बिचारा? चक्रव्यूहात सापडल्यावर सिंहाच्या छाव्याला देखील बाहेर येता येत नाही.

काळ्याने भजी, चिवडा व चहा या त्रिवेणीसंगमात पावन व्हावयाचे ठरवून 'ए छोकरा' अशी हाक मारली. दिवे पुसण्याच्या फडक्याप्रमाणे दिसणारा सदरा घातलेला एक छोकरा आत आला व त्याने काळेसाहेबांचा हुकूम ऐकला. तो जिन्नस आणावयास जाताच काळे सुखात्म्याला म्हणाला, "हे बघ सुखात्मे, आता पुढल्या काळजीनं चालू घटकेची मजा घालवू नकोस. बाबा, एक दिन जाना रे भाई! थोडा चहा पी, म्हणजे तुझा काळवंडलेला चेहरा तजेलदार होईल. तुला कुणी बघेल बिघेल असं वाटत असेल तर आपण दरवाज्याकडे पाठ फिरवून बसू या! बस्स. दृष्टिआड सृष्टी!"

सुखात्मे नको नको म्हणत असता काळ्याने खुर्च्यांच्या पाठी दाराकडे केल्या. इतक्यात चहा दाखल झाला व फार दिवसांनी भेटलेल्या मुलाला चटकन उचलून घेणाऱ्या मातेप्रमाणे काळ्याने कपाचा कान मोठ्या प्रेमाने धरून त्याला उचलले. सुखात्मेही आलेल्या भोगाला सादर झाला. पाच मिनिटे दोघाही मित्रांची चहानंदी टाळी लागली होती. या समाधीचा भंग दुकानाच्या बाहेरच्या भागात चाललेल्या बोलण्याने झाला. दुकानाचा मालक अदबीने कुणाला काहीतरी सांगत होता. आपणाला काय करायचे आहे त्या बोलण्याशी, असे मनात आणून 'ए बॉय! आणखी दोन कप चहा' अशी काळ्याने तोंड न फिरविता ऑर्डर दिली. त्याच्या 'चहा' शब्दामधील 'आ'कार हवेत लोप पावतो न पावतो तोच दारात कुणाचीतरी पावले वाजली. छोकरा आला असेल म्हणून काळ्याने वळूनदेखील पाहिले नाही. "चहा, दोन कप चहा!" नाटकातील राजाला शोभेल अशा स्वरात तो ओरडला. पण 'हो साहेब' उत्तराऐवजी "किती घाणेरडा भाग आहे हा आतला! आरोग्य मंडळाकडे याविषयी कडक रिपोर्ट लिहिल्यावाचून राहणार नाही मी!" हे शब्द कानावर पडले. आवाज ओळखीचा वाटल्यामुळे काळे व सुखात्मे या दोघांनीही मागे वळून पाहिले. तो दारात दुकानाच्या मालकाबरोबर सुपरिंटेंडेंटसाहेब उभे! काळ्याच्या घशातील भजे तिथेच अडकून त्याला ठसका लागला व सुखात्मे तर भूत दिसावे त्याप्रमाणे दचकून उठल्यामुळे टेबलावरील पेल्याला धक्का लागून तो खळकन जमिनीवर पडला.

आपण मुद्दाम आडगल्लीतील चहाचे दुकान शोधून काढावे व सुपरिंटेंडेंटनी ऐनवेळी तेथे येऊन रंगाचा भंग करावा, या दैवदुर्विलसिताचे काळ्याला आश्चर्य वाटू लागले. आरोग्यमंडळासारखे नसते उपद्व्याप या जगात निर्माण झाल्यामुळेच चहा पीत असताना पकडले जाण्याचा प्रसंग आपल्यावर आला, असाही विचार त्याच्या मनात आल्यावाचून राहिला नाही. पटवर्धनांचे लक्ष दुकानातील घाणीवरून उडून या दोन मुलांकडे लागले, हे बघून दुकानाच्या मालकालाही हायसे वाटले. दुकान म्हणजे चव्हाटा हे ध्यानात आणून अधिकउणा एक शब्दही न बोलता पटवर्धनांनी काळे व सुखात्मे यांना आपल्याबरोबर येण्याविषयी सांगितले. प्यालेल्या चहाच्या पैशात फुटलेल्या पेल्याच्या किंमतीची भर पडलेली पाहून काळ्याला फार वाईट वाटले. आपल्या फुटक्या नशिबाला दोष देत त्याने पैसे दुकानदाराच्या हातावर ठेवले व तो सुखात्म्यासह मुकाट्याने पटवर्धनांच्या मागून चालू लागला.

खोलीत गेल्यावर काळ्याने दार लोटले नाही तोच सुखात्म्याला रडू कोसळले. ''असं काय रे पोरासारखं करतोस? आलिया भोगासी असावे सादर, असंच तुकोबा म्हणतात ना?'' काळे म्हणाला

सुखात्मे : छडीनं हात रक्तबंबाळ होईल म्हणून मी भीत नाही; पण माझ्या घरी हे जर कळलं तर माईच्या हातात आयतेच कोलीत सापडेल!

काळे : क्लैब्यं मा स्म गम: पार्थ! अरे, भर्तृहरीनं काय म्हटलं आहे? सुधां विना न प्रययुर्विरामम्! आज बोर्डिंगातील कवीही 'चहाविना न प्रययुर्विरामम्' असंच आपलं वर्णन करतील.

सुखात्मे : मार खायच्यावेळी काही पुढं येणार नाहीत हे कवी!

काळे : मग काय करावं म्हणतोस?

सुखात्मे : तुझ्या खिशात अफू आहे ती खाऊन जीव द्यावा, असं मला वाटू लागलं आहे!

काळे काहीतरी उत्तर देणार, इतक्यात कुणीसे दार खडखडावले. धडधडणाऱ्या छातीने दोघेही म्हणाले, ''यस, कम् इन प्लीज!'' दार उघडले व सुपरिंटेंडेंट आत आले. मरणोत्तर पापी जीवांना देवापुढे उभे राहताना काय यातना होत असतील, याची सुखात्म्याला आता पूर्ण कल्पना आली. काळ्याचा स्वभाव त्याच्यापेक्षा थोडासा बेफिकीर असल्यामुळे अगदी खाली मान घालून उभे न राहता तो खिडकीतून दिसणाऱ्या झाडांच्या पानांकडे पाहू लागला. खोलीत स्मशानातील शांतता पसरली होती. पटवर्धनांनी तिला शोभेलसा रुद्रावतार धारण केला. खुनाच्या खटल्याचा निकाल देणाऱ्या न्यायाधीशाच्या गंभीरपणाने पटवर्धन म्हणाले, ''सुखात्मे, तुझ्या संगतीनं हा काळे सुधारेल म्हणून तुम्हा दोघांना एकत्र ठेवलं. पण चिखल व पाणी

मिसळलं, तर चिखल पांढरा शुभ्र न होता पाणीच गढूळ होतं, हा नेहमीचा अनुभव तू आणून दिलास. तुम्हाला दंड करणं म्हणजे मुलांच्या अपराधाकरिता बापाला दंड करण्यासारखं आहे. पाच-सहा छड्या मारल्या तर हा काळे 'आणखी पाच-दहा छड्या मारा, म्हणजे आणखी एक पेला पिऊन यायला हरकत नाही' असं उत्तर द्यायलाही कमी करणार नाही. म्हणून आजच्या गुन्ह्याबद्दल निराळीच शिक्षा देणार आहे तुम्हाला मी!'' सुखात्मे व काळे पटवर्धनांच्या तोंडाकडे टकमका पाहू लागले. सुपरिंटेंडेंट खिडकीतून आपला कडेलोट करणार की आपणाला दारावरल्या भय्याच्या पायी देणार, हेच त्यांना कळेना. पटवर्धनांनी एक मोठे कुलूप काढले व ते दोघांना दाखवीत ते म्हणाले, ''आतापासून सोमवार दुपारपर्यंत तुम्हाला बोर्डिंगात कैद्याप्रमाणं राहिलं पाहिजे. जेवण, चहा, आंघोळ वगैरे सर्व गोष्टी शिपायाच्या देखरेखीखाली होतील. दाराला हे कुलूप ठेवतो ठोकून! म्हणजे इतरांना नियम मोडल्याचं प्रायश्चित काय भोगावं लागतं, ते कळून येईल. दर वेळेला मी येऊन कुलूप उघडीन, तेव्हाच तुम्हाला बाहेर यायला मिळेल.''

काळे व सुखात्मे 'पण सर-सर' असे म्हणतात तो पटवर्धन पाठ फिरवून खोलीतून चालतेही झाले होते. दाराचा कोयंडा वाजला; बोल्ट सरकविलेला ऐकू आला; किल्ली करून कुलूप लागले आहे की नाही हे ओढून पाहिल्याचा आवाज व कुलूप दारावर आपटल्यामुळे झालेला आवाजही पाठोपाठ कानांवर पडले.

क्षणभर काळे स्वस्थ बसला होता. सुखात्म्याची दीनवाणी मुद्रा पाहून त्याला तशा परिस्थितीतही हसू आल्यावाचून राहिले नाही.

''यापुढं मला लोकमान्य काळे म्हणून हाक मारायची बरं सुखात्मे! तूही देशभक्त झालासच की रे! पटवर्धनांच्या या नोकरशाहीमुळं आपली लोकप्रियता वाढणार खास!''

''आग लागो त्या लोकप्रियतेला! निसर्गाच्या हुकमाची अंमलबजावणी करताना ही लोकप्रियता काही उपयोगी पडायची नाही आपल्या!''

''खरंच! आम्हाला कैदी बनविलं तर तशी व्यवस्था तरी करायची की नाही? लघवीकरिता कैद्यांना मातीची भांडी द्यावी लागतात, हे काही सुपरिंटेंडेंटना माहीत नसावं.''

''तुझी थट्टा राहू दे बाजूला आता.''

''मग नाटकाला कसं जावं याचा विचार करावा म्हणतोस?''

''चहाच्या पायी कैदी झालो! नाटकाला गेलो तर फाशीच जावं लागेल!''

''भित्री भागूबाई आहेस झालं तू सुखात्मे! अरे, हिंमत मर्दा तो मदत खुदा.''

''पाहू या ना आता खुदा नाटकाला कसा जाऊ देतो ते!''

''बघशील. अरे, ज्या खुदानं जनाबाईकरता जात्यावर दळलं, ज्या खुदानं

दामाजी करता महाराचं रूप धारण केलं...''

''तो खुदा विमानाच्या रूपानं खिडकीत येऊन उभा राहणार आहे वाटतं? तोंड आहे म्हणून बोलतोस झालं!''

''नाटक बघून आल्यावर हात आहेत म्हणून करतोस अशी शाबासकी तुझ्याकडून घेतल्यावाचून राहणार नाही हा पठ्ठ्या!''

''नाटकाला येतो म्हणून सांगण्याची दुर्बुद्धी मला झाली नसती तर फार बरं झालं असतं! तो आता रात्री आमची वाट पाहील. दुसऱ्याच प्रवेशात त्याचं काम आहे. त्या वेळी मुद्दाम आमच्या खुर्च्यांकडे पाहील नि त्या रिकाम्या दिसल्या–''

''त्या रिकाम्या दिसायला हे डोकं काही रिकामं आहे की काय?'' काळे अभिमानाने आपल्या डोक्यावर आंगठ्याजवळचे बोट आपटीत म्हणाला, ''अरे सुखात्मे, तुम्ही हुषार मुलांनी इतिहासातल्या शूर पुरुषांची चरित्रं घोकून वरचे नंबर तेवढे मिळवावेत! पण त्यांच्या अंगातील पाणी आम्हा नापास होणारांच्याच अंगी आढळतं. सध्याचं शिक्षण व्यवहारदृष्ट्या निरुपयोगी आहे, असं म्हणतात ते एवढ्याचकरिता बरं बाबा!''

''नाटकाकरिता आणलेली ती अफू आता फुकट जाणारच की नाही? खोलीलाच कुलूप बसल्यावर भय्याची मनधरणी कशी करणार?''

''अरे, अफू घेतली होती गनिमी काव्यानं लढण्याकरिता! तो डाव फसला म्हणून आम्ही शूर मराठे हार खाणार आहोत का काय? असे हातपाय गाळतोस काय, सुखात्मे? तू शिवाजीच्या महाराष्ट्रात जन्मला आहेस, तू काळ्याच्या महाराष्ट्रात जन्मला आहेस, तू बाजीरावाच्या महाराष्ट्रात जन्मला आहेस-''

''पहिल्या की दुसऱ्या?''

''मूर्ख आहेस झालं! आणि मूर्ख आहेस म्हणूनच शूर नाहीस. तू अटकेवर आपला झेंडा रोवणाऱ्या राघो भरारीच्या महाराष्ट्रात जन्मला आहेस-''

''नि गजानन-वसतिगृहातील एका कुलूप ठोकलेल्या खोलीत बसला आहेस!''

''नुसता रडतराऊत आहेस. फुकट तू राणा प्रताप, डी व्हॅलेरा आणि मॅकस्विनी यांची चरित्र वाचलीस!''

''मघापासून मी तीन-चार वेळा माझ्या टेबलावरील ताईच्या फोटोकडे पाहिलं नि ती रागानं माझ्याकडे पाहत आहे, असं मला वाटलं. आजचं माझं वागणं आवडलं नाहीसं दिसतं ताईला!''

''काय म्हणे, फोटो रागावतो? मग उद्या फोनोग्राफ देखील सुपरिंटेंडेंटाप्रमाणं भलभलते हुकूम सोडायला लागेल की!''

काळ्याच्या बोलण्याकडे मुळीच लक्ष न देता सुखात्म्याने ताईच्या फोटोला

नमस्कार केला. ''ताई, तुझ्या या चुकलेल्या भावाला क्षमा कर.'' तो मनातल्या मनात म्हणाला. त्याचे डोळे या वेळी भरून आले होते. काळे मात्र खिडकीपाशी जाऊन समोरील झाड, खिडकीची उंची वगैरे गोष्टींचे सेनापतीच्या दृष्टीने निरीक्षण करीत होता.

काळे व सुखात्मे यांना आजच्यासारखा एकांत कोणत्याही शनिवारी मिळाला नव्हता. हातावर पाणी पडल्याबरोबर त्यांना खोलीत पोचविण्यात आले व सुपरिंटेंडेंट कुलपाचा बंदोबस्त करून निघून गेले. ही मानहानिकारक शिक्षा सुखात्म्याच्या मनाला फार लागली. तो काळ्याला म्हणाला, ''काय रे काळे, आपण पटवर्धनांची क्षमा मागणं बरं नाही का?''

''स्वराज्याप्रमाणं क्षमा मागून मिळत नसते बरं, सुखात्मे! तू साऱ्या मुलखातला मवाळ आहेस.''

''तुझं जहाल राजकारण काढ ना कुठं आहे ते!''

''हे बघ.'' म्हणून काळ्याने वळकटी गुंडाळण्याची काढणी सुखात्म्यापुढे फेकली.

''काढणी बोलती झाल्याखेरीज मला नाही कळणार तुझं हे राजकारण!''

''बोलतीच काय, पण चालती देखील होईल! जरा दम खा हं बाळ. प्रयत्ने दोऱ्यांचे कर धरुनिया नाटक पाहा!'' काळ्याच्या या शीघ्रकवित्वाचे तशा मन:स्थितीतही सुखात्म्याला हसू आले.

दोन प्रहराप्रमाणे रात्रीही कैदी-विद्यार्थी जेवण होताच खोलीत कोंडण्यात आले.

''कळलं काय काळे,'' पटवर्धन दार ओढून घेता घेता म्हणाले. ''दुपारी चहाचा नियम मोडला आहेस; रात्री नाटकाचा मोडू नकोस म्हणजे झालं!'' त्यांच्या चेहऱ्यावरील स्मित काळ्याच्या हृदयात भाल्याच्या टोकाप्रमाणे रुतले. दाराला कुलूप पडताच तो म्हणाला, ''सुखात्मे, आज नाटक पाहीन तरच काळ्यांच्या घराण्यात जन्माला आल्याचं सार्थक!''

''वा रे बहाद्दर. मला वाटलं मिशी उतरण्याची प्रतिज्ञा करणार तू!''

''असं थट्टेवारी नेऊ नकोस. सगळ्या काढण्या एकत्र बांधून किती खंबीर दोर करून ठेवलाय तो तर बघ! तुझ्यासारखा गुडघ्यात मान घालून मुळुमुळु रडत बसलो नाही मी दिवसभर!''

काळ्याने तो दोर काढून खिडकीच्या गजाला घट्ट बांधला. ''चला सुखात्मे आता! कोंढाण्यावर चढल्यामुळं तानाजी अमर झाला. बोर्डिंगातून खाली उतरल्याबद्दल तुम्ही व्हा!''

सुखात्मे कांकूं करू लागला. पण नाटक कंपनीतल्या दोस्ताला 'येतो' म्हणून

दिलेल्या वचनाचे काळ्याने स्मरण करून देताच तो दोरावरून उतरायला तयार झाला. बाहेरून जाणाऱ्या इसमाला खोलीत कुणी नाही असा संशय येऊ नये, म्हणून दिवा बारीक करून ठेवण्यात आला. सुखात्म्याला उतरण्याचा धीर व्हावा म्हणून काळ्याने पुढाकार घेण्याचे ठरवले. खुंटीला टांगलेली थर्मासची बाटली त्याने खाकेला लटकविली व तो खिडकीपाशी जाऊन पवित्र्यात उभा राहिला.

"थर्मास कशाला रे घेतोस?"

"वेडा रे वेडा! नाटकाच्या तब्बल जाग्रणानंतर सकाळी कडकडीत चहा नको प्यायला? नाटक सुटलं की बाहेरच्या दुकानातून थर्मास भरून घेतलाच बघ. पाहिजे तर पटवर्धनांनाच उद्या सकाळी चहाला आपल्याकडे बोलावू या!"

काळ्याची ही दूरदृष्टी पाहून सुखात्म्याला अभ्यासापेक्षा स्वच्छंदीपणात चालणाऱ्या त्याच्या डोक्याचे सखेद कौतुक वाटले. "माझ्यापाठोपाठ उतर हं!" असे म्हणून काळे चटकन खिडकीबाहेर गेला व दोरावरून उतरू लागला. भिंतीवरून सरकन जाणाऱ्या पालीप्रमाणे तो सुखात्म्याला वाटला. जमिनीला पाय लागताच काळ्याने जोराने दोर हलविला. आता छाती करून उतरण्याखेरीज गतीच नव्हती. जीव मुठीत धरून तो कसाबसा जमिनीवर पोचला. इतक्यात त्याला कसलीशी आठवण झाली व तो हळूच म्हणाला, "मी ताईच्या फोटोला नमस्कार करून यायला विसरलो रे. असाच चढून येऊ का नमस्कार करून? अगदी टेबलावरच आहे फोटो!"

"काही नको." काळे किंचित कठोर स्वराने म्हणाला. "कुणाला चाहूल लागली तर उगीच पंचायत व्हायची. फोटोला नमस्कार करून जर कामं साधली तर मी परीक्षेत नापास कशाला झालो असतो? पुस्तकांऐवजी झाडून आजोबा-पणजोबांचे फोटोच टेबलावर रचून ठेवले असते आणि परीक्षेच्या दिवशी त्यांच्यापुढं नाक घासून मगच मंडपात गेलो असतो!"

काळ्याच्या या भडिमारापुढे सुखात्म्याचे तोंडच बंद झाले व दोघेही मुकाट्याने चालू लागले. काळे पिंजऱ्यातून सुटलेल्या सिंहाच्या आनंदाने, तर सुखात्मे तुरुंगातून पळून गेलेल्या कैद्याच्या मनोवृत्तीने इकडे तिकडे पाहत होता. सुदैवाने नाटकगृहापर्यंत त्यांना ओळखीचे कोणीच भेटले नाही.

"सुखात्मे, चहा पिऊनच आत जाऊ या. या म्हणावं पटवर्धनांना इथं चहा बंद करायला!" काळे डौलाने म्हणाला.

"पहिला अंक झाल्यावर पिऊ!" सुखात्म्याने उत्तर दिले. सुखात्म्याला राग येईल असे फोटोच्या बाबतीत आपण बोललो, हे काळ्याच्या मनात थोडेसे डाचत होतेच. तेव्हा या साध्या बाबतीत सुखात्म्याच्या मनाप्रमाणे वागण्याचे त्याने ठरविले.

दोघेही चोराप्रमाणे इकडे तिकडे बघत आपल्या खुर्च्यांवर जाऊन बसले. सुखात्म्याचा दोस्त रंगायला जाण्याच्या बेतात होता. ही दुक्कल आलेली पाहताच

तो तिला भेटायला आला.

"कशी छान जागा दिली आहे तुम्हाला! मागे पुढे काय चाललं आहे, सारं दिसतं. आमच्या कंपनीचे कवीदेखील प्रेक्षकांवर नाटकाचा होणारा परिणाम पाहण्याकरिता इथंच, अगदी तुमच्या या मागच्या खुर्चीवर, बसतात. बरं जातो मी रंगायला. दुसऱ्याच प्रवेशात माझं काम आहे."

तो निघून गेल्यावर काळे व सुखात्मे एकमेकांशी बोलण्याचा प्रयत्न करू लागले. पण काय असेल ते असो, त्यांना मोकळ्या मनाने एकमेकांशी बोलवेना. नाटक पाहणे म्हणजे मुलांच्या दृष्टीने एकप्रकारचा महोत्सवच! पण आनंदापेक्षा चिंतेचीच छाया या वेळी त्या दोघा मित्रांच्या चेहऱ्यावर पसरली होती. मनुष्याचे मन त्याला जी शिक्षा करते तेवढी न्यायाधीशालाही करता येत नाही, हेच खरे. शेवटी सुखात्मे तर 'आपण परत जाऊ या आणि दोरावरून चढून खोलीमध्ये गुपचूप निजू या' असे म्हणाला देखील. पण याच वेळी घंटा वाजली व रंगभूमीवरील दिवे अधिक उज्ज्वल झाले. त्या घंटेने बाहेर जाऊ पाहणारे त्याचे मन खेचून परत आणले. दोघांनीही मागे पुढे, खाली, वर पाहिले. सगळे थिएटर चिकार भरून गेले होते. फक्त त्यांच्यामागची एक खुर्ची तेवढी रिकामी होती. जे नाटक बघण्याकरता शेकडो लोक आतुरतेने आले होते ते न पाहता निघून जाणे म्हणजे पंचपक्वान्नांनी भरलेल्या ताटावरून उठणे, असे त्या दोघांना वाटले. इतक्यात तिसरी घंटा होऊन पडदा वर झाला व सुंदर वेषाभरणांनी सज्ज झालेल्या मुली नमनाचे पद गाऊ लागल्या. भोवतालचा जनसंमर्द, झगझगीत प्रकाश, नटलेल्या व सुस्वरूप मुली आणि गायनाच्या मधुर स्वरांचे इंद्रजाल यांच्या मिश्रणात एक प्रकारचा सुप्त उन्माद असतो. त्या उन्मादाच्या स्पर्शाने काळे व सुखात्मे स्वतःला विसरून गेले.

पहिला प्रवेश संपेपर्यंत जणू काय ते स्वप्नात होते. शर्यतीच्या घोड्यांवर पैसे लावणारी माणसे घोड्यांच्या सूक्ष्म हालचालीबरोबर जशी नाचत असतात, त्याप्रमाणे रंगभूमीवरील पात्रांच्या जीवनक्रमाशी ही मित्रांची जोडी समरस झाली होती. गाढ झोपी गेलेल्या मनुष्याला खोलीत आलेल्या गेलेल्या मनुष्याची जशी दादही लागत नाही, त्याप्रमाणे काळे, सुखात्मे यांनाही थिएटरमधील ये-जाचा पत्ता नव्हता. टाळ्यांच्या गजरात पहिल्या प्रवेशाचा पडदा पडला. आता दुसऱ्या प्रवेशात आपल्या सोबत्याचे काम पाहायला मिळणार म्हणून सुखात्मे अधिकच उत्कंठित झाला. "तो आला बघ." हे शब्द त्याने उच्चारायला व काळ्याने अवघडलेली मान नीट करण्याकरिता मागे पाहायला एकच गाठ पडली. हॅम्लेटचा काका आपल्या भावाचे भूत पाहून दचकला नसता इतका काळे दचकला. तो एकदम ताठ उभा राहिला. "अहो खाली बसा! तुम्हाला बघायला नाही आलो आम्ही! ए टोपीवाला!" असे उद्‌गार कोल्हेकुईप्रमाणे एकदम मागून ऐकू आले. सुखात्मे मागे वळून पाहतो

तो मागच्या खुर्चीवर पटवर्धन सुपरिंटेंडेंट बसलेले! विजेचा धक्का बसल्याप्रमाणे तो स्तंभितच झाला. लटलटणाऱ्या पायांनी सुखात्मेही त्याच्यामागून निघाला.

थिएटरबाहेर पडताच सुखात्म्याने धावायला सुरुवात केली.

"अरे वेड्या, भर रस्त्यानं असा अपरात्री धावू लागलास तर चोर म्हणून पोलीस धरतील की!" काळे ओरडून म्हणाला. सुखात्मे थांबला.

"धावलं तर पाहिजेच, पण आडगल्ल्यांनी धावलं तर कुणाला संशय यायचा नाही. चल माझ्यामागून." असे म्हणून काळ्याने एका अंधारी बोळात प्रवेश केला. तिथल्या घाणीने कुणाचेही डोके फिरून गेले असते! तिथल्या अंधारात पाऊल टाकायला निधड्या छातीचा मनुष्यही कचरला असता. पण करायचं काय? 'अडला काळे, गल्लीबोळातूनी पळे!' धावता धावता काळ्याने काखेत अडकविलेला थर्मास हेलकावे खाऊ लागला व कशालासा आपटून फुटलाही. दोघांनाही किती ठेचा लागल्या असतील, याची गणतीच नव्हती. पानिपतहून शिरसलामत राखून आलेल्या नाना फडणवीसाप्रमाणे दोघेही एकदाचे आपल्या खिडकीखाली येऊन उभे राहिले.

"हं सुखात्मे, जाणारा क्षण मोलाचा आहे. चढ तू!" सुखात्मे चढून वर गेला; पाठोपाठ काळ्याने खिडकी गाठली. आता दोघांच्याही जीवात जीव आला. काळ्याने घाई करून गजांना बांधलेला दोर सोडला व अंथरुणाखाली लपविला. इतके करीपर्यंत त्याचे सुखात्म्याकडे लक्षच नव्हते. सर्व साफसफाई करून तो त्याच्याकडे पाहू लागला. तो स्फुंदत होता.

"रडू नकोस तू असा. मी माझ्या अंगावर घेईन सारं. मग तर झालं!"

"त्याच्यासाठी नाही रे!" हुंदके देत सुखात्मे म्हणाला. "टेबलावरला ताईचा फोटो कुणी चोरून नेला. तेवढा एकच होता रे तिचा फोटो!" काळ्याच्या डोक्यात एकदम प्रकाश पडला. आपण बांधून ठेवलेल्या दोरावरून कुणीतरी चोर खोलीत आला असला पाहिजे व फोटोची चौकट सोनेरी दिसल्यामुळे त्याने तो लांबविला असला पाहिजे, अशी त्याची खात्री झाली.

पटवर्धनांनी रागारागाने खोलीचे कुलूप काढले. पाहतात तो सुखात्मे ओक्साबोक्शी रडत असून काळे त्याचे सांत्वन करीत आहे.

"आता रडून काय उपयोग, सुखात्मे? करावं तसं भरावं!" पटवर्धन दरडावणीच्या स्वराने म्हणाले.

"सर, मला वाटेल ती शिक्षा करा; पण माझा फोटो–"

"कसला फोटो?"

"माझ्या ताईचा फोटो इथं टेबलावर ठेवला होता, तो कुणी चोरून नेला. चांगलं प्रायश्चित्त देवानं दिलं मला. माझी ताई आता मला पुन्हा कुठं पाहायला

मिळणार? ताई, का ग रागावलीस माझ्यावर?''

सुखात्म्याच्या अश्रुधारांनी पटवर्धनांच्या रागाचा पारा हळूहळू उतरला. या प्रेमळ स्वभावाच्या व मातृहीन मुलाचा सारा जीव आपल्या मृत बहिणीवर होता व त्याच्यापाशी असलेला तिचा एकुलता एक फोटो; चोरून नाटकाला जाण्याच्या युक्तीमुळेच चोरीला गेला, हे पूर्णपणे लक्षात येताच त्यांना सुखात्म्याविषयी अनुकंपा वाटू लागली. त्यांनी दोघाही मुलांना कोणतीच शिक्षा केली नाही. उलट तत्काळ त्यांच्या खोलीचे कुलूप काढून टाकले.

दुसऱ्या दिवशी बोर्डिंगात जिकडे तिकडे- सुखात्म्याने ताईचा फोटो टेबलावरून का काढून टाकला व काळे सुपरिंटेंडेंटांच्या चहा नाटकांविषयीच्या नियमांची तरफदारी का करू लागला, या विषयांवर कडाक्याने चर्चा सुरू झाली. काळ्याच्या खिशात तपकीर शोधायला गेलेल्या विद्यार्थ्याने काळ्याला अफूचे व्यसन असल्याचा शोध लावल्यामुळे तर या चर्चेला आणखी फाटे फुटले! पण या क्रांतीचे मूळ मात्र शोधशोधूनही कुणालाच सापडले नाही.

(१९२९)

∎

राजकवी

त्या तीन कवींत राजकवी कुणाला करावे, हे निश्चित करणे मोठे कठीण होते.

महाराजांच्या परिवारातील एका धष्टपुष्ट मनुष्याने सल्ला दिला, ''हा पिळदार दंडाचा कवीच त्या पदाला योग्य आहे.''

एका सुंदर दासीने एकदा भीतभीत सूचना केली, ''तो नाजूक कवीच अधिक चांगला शोभून दिसेल!''

महाराज जनाचे ऐकत. पण त्यांचे मन कोड्यात पडले होते. फुले, तारका, सुंदर स्त्रिया, वगैरेंची वर्णने तिन्ही कवी दररोज करीत. त्यांपैकी अधिक चांगले किंवा अधिक वाईट कोणते हे काही केल्या महाराजांना कळेना.

एके दिवशी वनभोजनाचा बेत ठरला. नेहमीपेक्षा निराळी जागा पाहण्यात आली. नगरापासून फार दूर होता तो डोंगर! सहसा कोणी तिकडे जात नसे. पण त्या डोंगरात एक अतिशय सुंदर देवालय कोरून काढलेले होते.

तिन्ही कवींसह महाराजांनी त्या देवालयात प्रवेश केला. किती मोहक दिसत होते ते. जणू काही राकट शरीरात वास करणारे प्रेमळ हृदयच!

पहिल्या कवीला स्फूर्ती झाली- ''किती सुंदर दगड आहे हा! निसर्गापेक्षा मोठं असं जगात काहीच नाही.''

दुसरा कवी देवाच्या मूर्तीला वंदन करीत उद्गारला, ''ही देवाची मूर्ती इथं नसती; तर या दगडांना एवढी शोभा आलीच नसती. देवापेक्षा श्रेष्ठ असं काय आहे या जगात?''

तिसरा कवी शांतपणाने म्हणाला, ''या सौंदर्याचं श्रेय दगडाला नाही आणि देवालाही नाही! मनुष्याच्या बुद्धीचा विलास आहे हा!''

''खरं आहे, राजकवी.'' त्याच्याकडे पाहून स्मित करीत महाराज उद्गारले.

(१९३८)

■

खडकातले पाणी

“कोण येणार आहे ग चहाला?”

मनगटावरील घड्याळाकडे पाहत सुनंदेने मला विचारले.

“एक मैत्रीण”

“फार गरीब आहे वाटतं?”

“कशावरनं.”

“घड्याळ नसावं तिच्या घरात. साडेतीन झाले तरी –”

“गोष्टी लिहिणारांचं तर्कशास्त्र नेहमीच अजब असतं बघ, सुनंदा!”

“ते कसं?”

“अग, फार श्रीमंत आहे ही मैत्रीण. सबंध गावात–”

“बरोबर आहे मग! श्रीमंत माणसं वेळेवर आली; तर त्यांना श्रीमंत कोण म्हणेल?”

“इतकी का घाई झालीय तुला चहाची?”

“चहा घेऊन गोष्ट पुरी करायला बसणार आहे मी!”

“कुठली?”

“काल तुला वाचायला दिली होती ती!”

“संगमरवरी खडक?”

“हो.”

“गोव्यातलं सारं सौंदर्यं पाहून हेच सुचलं का ग तुला?”

“दुसरं काय सुचणार? केवढा भयंकर सामाजिक प्रश्न आहे हा? वेश्या! शुद्ध संगमरवरी खडक! किती दांपत्यांच्या संसारसुखाच्या नौका या खडकांवर आपटून —

“टाळ्या वाजवू का इथं?”

“का?” सुनंदेने चिडून विचारले.

''मला वाटलं व्याख्यान सुरू झालं! पण व्याख्यानाला कमीत कमी तीन तरी माणसं नकोत का? एक अध्यक्ष, एक वक्ता आणि एक श्रोता! अध्यक्ष मुका आणि श्रोता बहिरा असला तरी चालतो. पण—''

''किती उथळ आहेस तू, लीला!''

''तुझ्यासारख्या लेखिकेइतकी तरी खास नाही.''

विंचवाचे वर्म जसे त्याच्या डौलदार शेपटीत, त्याप्रमाणे लेखकाच्या हृदयाचा नाजूक भाग त्याच्या लेखनात असतो. त्याच्यावर घाव पडल्यामुळे सुनंदा उसळून म्हणाली, ''काय ग उथळपणा पाहिलास तू माझ्या लिहिण्यात!''

''कालचीच गोष्ट!''

''संगमरवरी खडक?''

''हो. तुला वाटतं–खडक म्हणजे क्रूरपणाचा अगदी पुतळाच!''

''खरंच! चुकले मी! खडक म्हणजे लोण्याचा अगदी गोळा! नुसता मऊ-मऊ–''

''तसं नाही–''

''मग कसं?''

''खडक वरून खडबडीत असतात. पण—''

''आत काय अमृत असतं वाटतं त्यांच्या?''

''जिवंत झरा असतो त्यांच्या पोटात! खडकातलं पाणीच गोड असतं बरं फार. विहिरी खणणारांना जाऊन विचार हवं तर. पण तुम्ही लेखक कशाला एवढी दगदग कराल? टेबलापाशी बसायचं, ऐटीनं फाउंटपेन हातात घ्यायचं आणि चहाचे घुटके घेत लिहायचं –''

''दोन माणसांतच व्याख्यान सुरू झालं की हे—''

सुनंदेच्या टोमण्याकडे लक्ष न देता मी पुढे म्हणाले, ''लेखक लिहिणार—वेश्या म्हणजे संगमरवरी खडक! त्यांना लग्नाचा नवरा नाही, अर्थात नीती नाही! नीती नाही म्हणजे माणुसकी नाही.''

''तुझी मैत्रीणच येतीय वाटतं ती! तिलाच कर अध्यक्ष आणि—''

इतक्यात केशर दारात आलीच. कपाळावरील घाम हातातल्या रंगीत हातरुमालाने हळूच टिपीत ती म्हणाली, ''फार उशीर झाला नाही मला, लीलाताई!''

''छे, तसा नाही काही–''

''माणसापेक्षा घड्याळंच खरं बोलतात म्हणायची!'' केशर आपल्या मनगटावरील घड्याळाकडे पाहून हसत हसत म्हणाली. तिचे नाजूक सुंदर सोनेरी घड्याळ पाहून सुनंदेची दृष्टी नकळत तुलनेकरिता आपल्या हातावरील घड्याळाकडे वळली. मनातल्या मनात मला या मनुष्यस्वभावाचे हसू आले. लाघवी स्वरात केशर

म्हणाली, ''निजून उठायलाच उशीर झाला वसंतरावांना–''

''बाहेर जायला परवानगी लागते का तुला केशर?''

''लागते असं नाही; पण सांगितलं म्हणजे दोघांनाही बरं! काही झालं तरी बाई पुरुषांचा स्वभाव! तसा हिरवागार भाताचा मळा! पण जिवाणू कुठं असेल— त्यातून दुधानं तोंड पोळलं की–''

सुनंदा कुतूहलाने तिच्याकडे पाहू लागली. केशरला एक-दोन गाणी म्हणायला सांगून मी चहा करू लागले.

केशर गात असताना सुनंदा जणू काही त्या सुंदर स्वरांच्या लाटांवर तरंगत होती. केशरने यायला उशीर केल्याबद्दल तिला आलेला राग; या लहरींत कुठल्या कुठे नाहीसा झाला. गाणे संपताच ती म्हणाली, ''केशरबाई, तुमच्यासारखं मला गाता येत असतं...''

''नि तुमच्यासारखं मला लिहिता येत असतं—''

आम्हा तिघींनाही हसू आले. पण सुनंदेच्या हसण्यात आश्चर्याचा भागच अधिक होता. तसे पाहिले तर; ही माझी बेळगावची बालमैत्रीण गोव्यातलं सृष्टीसौंदर्य पाहण्याकरिता आलेली. मी गोव्यात गावीच आहे हे कळल्यामुळे काल संध्याकाळी ती मला भेटायला आली. तिकडली स्वारी आपल्या इन्शुअरन्सच्या कामाकरिता परगावी गेली होती. तेव्हा चहा घेतल्यावर सुनंदेला केशरच्या घरी बसायला नेण्याचा माझा बेत होता. पण चहा पितापिताच तिने ती आपली अपुरी गोष्ट मला वाचायला दिली! 'संगमरवरी खडक!'... ती गोष्ट वाचल्यावर सुनंदेला केशरकडे घेऊन जायला माझे मन घेईनाच. तेव्हा सकाळी केशरकडे जाऊन तिला माझी बालमैत्रीण आल्याचे मी सांगितले आणि चहाला बोलाविले. चहा होताच केशर जायला उठली.

''बैस ना ग जरा. अगदी लग्नघाई–''

''आहेच की!'' तिने हसत हसत उत्तर दिले.

''आता काय वरात निघायचीय की काय मुहूर्तावर?''

लहान मुलासारखी मान डोलवीत ती म्हणाली, ''फिरायला जातानासुद्धा बरोबर हवी मी वसंतरावांना. किती दिवस मुक्काम आहे पाहुण्याबाईंचा?''

''उद्याच जाणार म्हणते ती!'' मी उत्तर दिले.

''मग उद्या सकाळी माझ्याकडं—''

केशरचं चहाचं आमंत्रण सुनंदेला कितपत परवडेल याची मला शंकाच होती. मी नजरेने तिला खुणाविले.

आणि तिने ते वाक्य अर्धवटच सोडले.

ती निघून गेल्यावर सुनंदा म्हणाली, ''मोठं सुखी दिसतंय हे जोडपं!''

"हं—"
"नुकतंच लग्न झालंय वाटतं?"
"हं—"
"नि गाते किती छान ती! बाकी वेणीफणीत थोडी छचोर आणि बोलण्यात जराशी फटकळ आहे, नाही? वसंतराव, वसंतराव! दोन वाक्यात चारदा नाव घेतलंन् नवऱ्याचं! आणि वेंधळीच आहे जरा! चहाला बोलवायचं होतं मनात, पण धड बोललीच नाही काही! आपल्याच जातीची आहे का ही?"
"आपल्या म्हणजे बायकांच्या की—"
"काय चाहटळ झाली आहेस तू लीला! नवरा इन्शुअरन्स कंपनीचा एजंट झाला की, त्याची बायकोदेखील बडबडायला लागते वाटतं?"
"खरंच सांगितलं मी तुला!"
"पण तिची जात कोणती?"
"तशी जातच नाही तिला! वेश्या आहे ती! पूर्वी मुंबईला एक गुजराथ्यापाशी होती. हल्ली या वसंतरावांकडं आहे!"
सुनंदेने एकदम एवढाले डोळे केले. पण लगेच राग आतल्या आत गिळून ती म्हणाली, "बरीच आहेस हं तू लीला! आता कळलं तुला कालची गोष्ट का आवडली नाही ते! प्रेम आंधळं असतं बरं लीलाताई! तुझ्यासारखीशी सख्य करून सभ्यपणाचा आव आणायला बघत असेल ही केशर! पण किती झालं तरी खडक तो खडक! मग तो संगमरवरी असो, नाहीतर काळा कुळकुळीत असो! त्या गुजराथ्याला धुळीला मिळवून आली असेल ही केशर इथं! होय ना?"
मी स्तब्ध राहिले.
"का लीला, गप्पशी बसलीस?"
"या खडकातलं गोड पाणी देणार आहे मी तुला प्यायला."
सुनंदा चमकली. फोटो घेण्याकरिता फोटोग्राफर जशी रचना करतो, तशी मी मनातल्या मनात माझ्या अनुभवाची जुळवाजुळव करू लागले.

"सुनंदा, केशरला पाहिलं की, धरणीकंपाची आठवण होते मला."
"वेश्या आणि भूकंप! चांगला विनोदी लेख—"
"सारं ऐकून घे आधी आणि मग थट्टा कर हवी तितकी! सुनंदा, माणसाच्या मनातसुद्धा धरणीकंप होतात. नाही का? या केशरविषयीचं माझं पूर्वीचं मत आणि आजचं— लग्न होऊन मी ज्या दिवशी इथं आले, त्याच दिवशी देवळात आम्ही जोडप्यानं देवाच्या दर्शनाला गेलो. तिथं पाहिली मी पहिल्यांदा या केशरला. तिचं ते मोहक रूप, गुलाबी जरीचं पातळ, अंगावरले सुंदर दागिने, केसांची पाठीवर

सोडलेली वेणी— माझी नजर एकदम स्वारीकडे गेली. तेही तिच्याकडे पाहताहेत असं मला वाटलं. त्या वेळी केशरचा असा राग आला म्हणतेस मला—''

"म्हणजे तुझे पतिराज इतके का हे—''

"छे ग, अगदी गंगाजळ आहे तिकडलं मन!''

"म्हणून देवदर्शनाच्या वेळी केशरकडं बघत होते वाटतं! हे बघ लीला, मुलखाची भोळी आहेस तू!''

"ते बघत होते त्याचं कारण होतं निराळंच!''

"चित्र काढायचं असेल त्यांना सुंदर! इतक्या प्रतिभाशाली चित्रकाराला इन्शुअरन्स कंपनीचा एजंट व्हायची पाळी यावी ना? हिंदुस्थानात गुणांचं चीज होत नाही हेच खरं!''

"तिला पाहिल्यावर फार वाईट वाटलं त्यांना!''

"कुणाबद्दल? स्वत:बद्दल की–''

"माझ्याबद्दल!''

"तू तिच्याइतकी सुंदर झाली नाहीस म्हणून—''

"तिच्या अंगावरील दागिने माझ्या हक्काचे होते.''

"तुझ्या हक्काचे?''

"हो, तिची आई मामंजींपाशी होती म्हणे. मामंजींनी आपलं घर धुतलं आणि त्या बाईच्या घराला सोन्याचा रंग दिला.''

"संगमरवरी खडक!' मिस्कीलपणाने सुनंदेने दोनच शब्द उच्चारले. पण तिच्या बोलण्याकडे लक्ष न देता मी पुढे सांगू लागले.

"देवळातून घरी आल्यावर तिकडून सारं सांगणं झालं मला! मामंजींच्या या नादानं तिकडलं शिक्षणसुद्धा अर्धवटच राहिलं. नोकरी मिळेना म्हणून विम्याचा धंदा पत्करला. पण या धंद्यापायी स्वारीला नेहमी बाहेर फिरावं लागे. मला एकटीला घर कसं खायला येई. अशा वेळी मी या केशरला आणि तिच्या आईला शिव्यांची लाखोली वाहत बसे. मला वाटे- त्या अवदसेनं जर मामंजींना नागवलं नसतं तर– स्वारीची वणवण आणि माझी तळमळ यांचं खापर या केशरच्या आईवर फोडून, मी माझ्या कष्टी मनाचं समाधान करून घेई.''

हे ऐकताना सुनंदेच्या चेहऱ्यावर अभिमानाची छटा येऊन गेली. हसत हसत तिने विचारले, "या गोष्टीतली नायिका कोण? तू, केशर की केशरची आई?''

"कुणी का असेना?''

"वा:! तू गोष्ट सांगते आहेस मला! गोष्ट म्हणजे लघुकथा आणि लघुकथा म्हणजे तंत्र! ते तंत्र असं म्हणतं की—''

मी नुसती हसले.

"बरं बाई, तुला येईल तशी सांग. मग तर झालं!"

"पुढं पणजीला कुणी श्रीमंत गुजराथी व्यापारी आला होता मुंबईचा. त्याला केशरची माहिती मिळाली. तो इथं आला, तिच्यावर खूष झाला आणि तिला दरमहा तीनशेवर मुंबईला घेऊन जायला तयार झाला. ज्या दिवशी मी हे ऐकलं त्या दिवशी मी देवाला नवस केला की, या गुजराथ्याचं आणि केशरचं पटू देऊ नको. येऊ दे तिला रडत परत गावी!"

"वसंतराव काय देतात तिला?"

"तीस-चाळीस असतील."

"देव तुझ्या नवसाला पावला म्हणायचा!"

"तो पावला असता तर? तर काय झालं असतं ते त्याचं त्यालाच ठाऊक!"

सुनंदेच्या डोळ्यांत आश्चर्य चमकू लागले.

"तिकडून बाहेरगावी जाणं झालं की मी गोष्टी वाचून वेळ घालवी. एकसारख्या एका ठशाच्या गोष्टी वाचायच्या! मध गोड असला तरी तो कुणी पीत बसतं का? त्या गोष्टींनी तर माझं कपाळच उठे. ओळख नसलेली माणसं गोष्टीत प्रेम करीत बसतात आणि आम्ही नवराबायको मात्र—वाचण्याचा कंटाळा आला की मी देवळात जात असे. तिथं मात्र तिखटमीठ भरपूर मिळे नेहमी. त्या वेळी अशीच गेले होते मी—"

"मी सांगू पुढचं?"

"हं."

"तिथं केशर तुला भेटली आणि —"

सुनंदा मनकवडी आहे की काय हे मला कळेना.

"आणि तिचं व तुझं रहस्य जमलं!"

"अं हं!" ती हसत हसत माझ्यापाशी आली आणि म्हणाली, "मी मुंबईला जातेय उद्या. ओळखदेख ठेवा हं माझी."

मी म्हटलं, "एका गावच्या आपण! ओळख विसरू म्हटलं तरी विसरायला होईल का?" माझं मन कसं जळत होतं आत! पण बाहेरून शांतपणाच दाखवला!

"गवयाचं पोर रडलं तरी तालासुरात रडतं ना? तशीच वेश्येची मुलगी. गोड बोलायला शिकवावं लागतं का तिला? त्या दोन गोड शब्दांनीच झाली वाटतं तुझी ही मैत्रीण?"

"दोन शब्दांनीच खरी! पण ते शब्द दुसरे होते."

माझ्या डोळ्यांपुढे मुंबईतला तो विलक्षण प्रसंग उभा राहिला. भर दिवसा माझ्या डोळ्यांना अवसेचा अंधार दिसू लागला होता. माणसांनी गजबजलेल्या रस्त्याला माझ्या दृष्टीने अरण्याची अवकळा आली होती. उघड्या डोळ्यांनी पाहिलेलं

ते भयंकर स्वप्न! अजून आठवण झाली की काटा उभा राहतो अंगावर.

मी स्तब्ध राहिलेली पाहून सुनंदा म्हणाली, "काय लीला? केशरला अंगचा असावा लागतो वास, असा चिकटवून– अगबाई! डोळ्यांत पाणी उभं राहिलंय की तुझ्या!"

"आनंदाचं— अगदी गोड पाणी आहे ते! खडकातलं म्हणेनास!" असे म्हणत मी डोळे पुसले, आणि बोलू लागले.

"कंपनीच्या कामासाठी तिकडून मुंबईला जाणं झालं होतं. आधीच मनासारखा वैरी नाही कुणी. त्यात मुंबईला देवीची साथ सुरू झालेली. दिवस उजाडला की मनात नाही नाही ते विकल्प येत. पोष्टाचा शिपाई घराकडे येऊ लागला की पोटात गोळा उठे. मनात येई– ते पैसे नकोत, ते कंपनीचे काम नको आणि ही जीवटांगणी नको. दोघे एका जागी असलो तर पेजेवरदेखील राहू. पण पेज तरी काय पैशाशिवाय मिळते? गावातलं कुणी मुंबईला जायला निघालं की मला त्याचा हेवा वाटे. ते माणूस मुंबईला जाणार— त्याच्या दृष्टीला स्वारी पडेल! आणि मी? मी पत्रांतल्या अक्षरांकडे पाहात इथे काळ कंठायचा!

"रात्री पहिली झोप झाली की दचकून जाग येई आणि मन कसे बावरून जाई. अपरात्री भुतं फिरायला बाहेर पडतात असं म्हणतात ना? ती माझ्यासारखीच्या मनातच त्या वेळी नाचायला लागतात. अमंगळ कल्पना डोळे मिटून घेतले तरी स्पष्ट दिसत. लहानपणची वडिलांच्या मरणाची ती आठवण!"

"खरंच! एकदम किती विलक्षण कळा यायला लागल्या त्यांच्या पोटात! लोकांनी इस्पितळात नेलं त्यांना. पण तिथल्या निष्काळजीपणानंच घात घेतला सारा." ते सारं आठवून सुनंदा म्हणाली.

"राहून राहून हेच माझ्या मनात येई. साऱ्या मुंबईत गावची माणसं अशी चार-पाचच! त्यातून भीड तर स्वारीच्या पाचवीला पुजलेली! वेळ काही सांगून येते का? आणि भित्यापाठी ब्रह्मराक्षस म्हणतात ना? शेवटी घडलंही तसंच!"

"काय झालं?" कंपित स्वराने सुनंदेने विचारले.

"ज्याच्या बिऱ्हाडी हे उतरले होते त्याची तार आली. भयंकर ताप आलेला होता तिकडे."

"अगबाई!"

"तार पोचल्यावर पाणीसुद्धा घेतलं नाही मी घरात. तडक पणजीला गेले आणि सोबत बघून मुंबई गाठली. ते ज्याच्या बिऱ्हाडी होते त्याला तार केली होती म्हणून बरं! नाहीतर बंदरापासूनच वनवासाला सुरुवात झाली असती. जीव मुठीत घेऊन मी बिऱ्हाडी गेले! तिकडे शुद्धीसुद्धा नव्हती धड! अंगावर बारीक पुळ्या दिसू लागल्या होत्या."

''याच प्रसंगात तू केशरकडे गेलीस नि तिनं तुला पैशाची मदत केलीन! असंच ना!''

''मोकळ्या मुठीनं मदत करणारी माणसंसुद्धा थोडीच असतात जगात. पण मुठीपेक्षाही हृदय उघडणं अधिक कठीण असतं—नाही!''

सुनंदा उत्कंठतेने माझ्याकडे पाहू लागली.

''मला जाऊन तास झाला नाही तोच बिऱ्हाडाचा मालक म्हणाला, 'इस्पितळात नेऊन ठेवू या यांना! चाळीतले लोक कालपासून अगदी मागं लागले आहेत माझ्या.' एका दृष्टीनं लोकांचं बरोबर होतं. ज्याची त्याला काळजी असतेच की! पण इस्पितळात स्वारीला न्यायचं म्हटल्याबरोबर माझ्या उरात धडकीच भरली. बाबांची आठवण झाली. डोळ्यांत पाणी आणून मी त्या माणसापुढे पदर पसरला. पण चाळीतल्या लोकांपुढे तो बिचारा काय करणार? शेवटी इस्पितळात जायची पाळी येऊ नये, म्हणून मी एक व्हिक्टोरिया केली आणि स्वारीला तिच्यात कसेबसे निजवून सारी मुंबई फिरू लागले.''

''कुठं गेलीस तू त्यांना घेऊन?''

''कुठं जाणार? तिकडल्या डायरीत गावच्या माणसांचे पत्ते होते सारे. त्यांना शोधून काढले. पण प्रत्येकजण म्हणे, 'आमच्याकडे नको ही भानगड! इस्पितळात ठेवा. होईल ती मदत करू आम्ही!'

''एकामागून एक सारी घरं फिरले. पण डोके टेकायला जागा काही मिळाली नाही. शेवटी आमच्याच जातीचा गावचा एक श्रीमंत मनुष्य होता. तो तेवढा राहिला. त्याचा बंगला चांगला होता म्हणे. वेड्या मनाला वाटलं – बाजूची एक खोली द्यायला काय हरकत आहे त्याला? त्या खोलीत रात्रीचा दिवस आणि रक्ताचं पाणी करून मी स्वारीला बरं करीन! पण इस्पितळाच्या दारात जाण्याची पाळी देवानं आणू नये माझ्यावर. गाडीवाल्याला त्या बंगल्याचा पत्ता सांगून मी निघाले. मधल्या अर्ध्या तासात त्रिभुवन आठवलं मला. गाडी बंगल्यापुढं थांबली. मी कापऱ्या पायांनीच आत गेले. लाज-भीड सोडून मालकिणीची ओळख उकरून काढली. 'या बसा' म्हटलंन् तिनं! चहा आणायला सांगितला. माझं कापरं कमी झालं. पण मी का आले आहे हे कळताच ती ताडकन् उठली आणि कर्कश स्वराने ओरडली, 'लेकराबाळांनी भरलेलं घर आहे माझं! लाज नाही वाटत असलं काही विचारायला तुम्हाला? एक सोडून दहा इस्पितळं आहेत मुंबईत! तिकडून पाच हजार दिलेतसुद्धा एकाला. तिथं चिठ्ठी हवी असेल तर देववीन मी. पण–'

''मी डोळे पुसत बाहेर आले. काय करावे ते सुचेना. डोळ्यांपुढे अंधेरी येऊ लागली. फाटकाचा आधार घेऊन मी उभी राहिले. पण गाडीवाल्याच्या मागे त्याचे पोट होतेच की! तो गडबड करू लागला. त्याला उत्तर द्यायलासुद्धा माझ्या तोंडातून शब्द उमटेनात. भरलेल्या डोळ्यांपुढे इस्पितळाचे भेसूर चित्र उभे राहिले. बाबांच्या

मृत्यूची भयंकर आठवण होऊन-!''

"कसे प्रसंग येतात माणसावर!''

"हातांनी तोंड झाकून मी रडत होते. इतक्यात रस्त्याने जाणारी एक मोटार थांबल्याचा आवाज झाला. मी माझ्याच दु:खात होते. पण 'ओळख विसरणार नाही म्हणाला होता ना?' हे शब्द कानावर पडताच मी मान वर करून पाहिले. केशर माझ्यापुढे उभी होती. माझा रडवा चेहरा पाहताच ती चरकली. सख्खी बहीण भेटावी तसे मला झाले. तुटक शब्दांत मी सारी हकिकत सांगितली तिला. तिने दोनच शब्द उच्चारले, 'चला माझ्याबरोबर.' दोनच शब्द!''

सुनंदा आश्चर्यचकित होऊन माझ्याकडे पाहत होती.

"केशरनं आम्हाला स्वत:च्या बंगल्यात नेलं. तिचं मन किती मोठं आहे ते त्या क्षणी कळलं मला. साधा मोठेपणासुद्धा क्वचितच दिसतो जगात! जिकडे तिकडे सपाट जमीन फार, डोंगर थोडे. पण तिच्या मनाचा मोठेपणा- अगदी हिमालयासारखा वाटतो तो अजून मला.''

"चांगला डॉक्टर आणला असेल तिनं?''

"डॉक्टर आणलान हे तर झालंच! पण त्याशिवाय- त्या गुजराथी शेटजीनं तो बंगला दिला होता तिला. नेहमीप्रमाणे तो रात्री आला. गडीमाणसांकडून आधीच सारी बातमी लागली होती त्याला. आल्याबरोबर त्यानं केशरशी भांडायला सुरुवात केली, 'आताच्या आता इस्पितळात पाठवून देतो रोग्याला' असे तो म्हणाला, तेव्हा पाचावर धारण बसली माझी! तावातावाने तो केशरला म्हणाला, 'असा कोण नवकोट नारायण लागून गेलाय हा पेशंट?'

तिने उत्तर दिले, 'माझ्या गावचा माझा भाऊ आहे तो! तुम्हाला भीती वाटते तर येऊ नका चार दिवस इकडे.'

"दोघांचे मोठे कडाक्याचे भांडण झाले. शेवटी डोक्यात राख घालून तो निघून गेला.

"पुन्हा तुझं तोंड या जन्मात पाहणार नाही' हे त्याचे शब्द ऐकून मला वाटलं– त्याच्या पाठोपाठ जावं आणि आम्ही आताच्या आता निघून जातो म्हणून सांगावं. पण केशरनं मला पोटाशी घट्ट धरून ठेवलं त्या क्षणी – युगं जातात, पण असले क्षण अमर असतात.''

(१९३४)

■

पहिली चूक

आज इन्स्पेक्टरसाहेब पाच वाजण्यापूर्वीच घरी जाण्याची तयारी करू लागलेले पाहून हेडक्लार्क आश्चर्यचकित होऊन गेले. नियमितपणासाठी एवढा प्रसिद्ध असलेला सूर्य! पण ऋतुमानाप्रमाणे त्याच्या उदयास्ताच्या वेळात थोडा तरी फरक पडतोच पडतो. पण एज्युकेशनल इन्स्पेक्टर गोडबोले हे मात्र उन्हाळा असो, आकाशातून अग्निरसाची वृष्टी होवो अथवा मुसळधार पाऊस कोसळो, अकराच्या ठोक्याबरोबर कचेरीत शिरत व पाचाच्या ठोक्याचा आवाज हवेत पूर्णपणे विलीन झाल्याखेरीज खुर्चीवरून उठतदेखील नसत. मित्रमंडळींत साहेबांच्या गोष्टी निघाल्या म्हणजे हेडक्लार्क त्यांना 'सवाई सूर्य' ही पदवी देत, याचे कारण त्यांचा विलक्षण नियमितपणा हेच होते. त्यांची मित्रमंडळी मात्र या पदवीचा कीस काढीत आणि इन्स्पेक्टरसाहेब फार कडक असल्यामुळेच त्यांना ही पदवी मिळाली असावी, शाळा तपासायला ते आले म्हणजे शिक्षकांच्या व विद्यार्थ्यांच्या अंगांतून घामाच्या धाराच गळत असाव्यात, इत्यादी कल्पनांचे मजल्यावर मजले उभारीत. सृष्टीतला सूर्य हळूहळू थंड होत चालला आहे असे शास्त्रज्ञ म्हणतात! पण शिक्षणखात्यातला हा सूर्य मात्र दिवसेंदिवस उष्णच होत जाणार, असे खुद्द गोडबोल्यांच्या हाताखालील कारकुनांचेच मत होते.

त्यामुळे 'न भूतो न भविष्यती' असा साहेबांच्या अकालगमनाचा हा देखावा पाहून हेडक्लार्कना, आपण स्वप्नात तर नाही ना, असा क्षणभर भास झाला. पण इन्स्पेक्टर गोडबोले यांच्या कचेरीत भर दिवसा साडेचार वाजता कुंभकर्णालादेखील झोप येणे शक्य नसल्यामुळे स्वप्नाच्या आभासाची कल्पना तात्काळ नाहीशी झाली. साहेब आजारीबिजारी तर नाहीत ना, असा संशय येऊन हेडक्लार्कनी त्यांच्याकडे पाहिले. सूर्याला ग्रहण लागले नसले तरी त्याच्यावर अभ्रे आली होती हे निश्चित! पण आपण साहेबांची मुखपरीक्षा करीत बसलो तर हातातील काम तसेच

राहून जाईल असे वाटून हेडक्लार्क, आजाऱ्याला त्रास होऊ नये म्हणून ज्या मंद स्वराने बोलतात त्या स्वराने म्हणाले, "कालच्या या मुलाचं काय करायचं?" डोक्यावरील पगडी ठाकठीक करीत इन्स्पेक्टर म्हणाले, "कुठला मुलगा?"

"त्या पुअर बॉइज स्कूलमधला."

"तो ब्रह्मदेवाचा बाप ना?"

साहेबांचा रोख ध्यानात न आल्यामुळे हेडक्लार्कनी आपला उद्‌गारचिन्हयुक्त चेहरा प्रश्नचिन्हांकित केला.

कोटाची कॉलर नीट आहे की नाही हे चाचपून पाहात साहेब म्हणाले, "जन्मतारखेत बदल करणारा तो वीर ना? ब्रह्मदेवानं दिलेलं वर्ष कबूल करायला तयार नाही बेटा. करा दोन वर्षं डिबार."

"दोन वर्षं?" शिक्षा फार कडक होत आहे असे वाटून हेडक्लार्कनी विचारले.

"हो, हो; दोन वर्षे. बेट्यानं सेव्हनचे टेन किती बेमालूम केले होते म्हणता! आज सोडला तर उद्या खोट्या सह्यासाक्षींचा धंदाच आरंभील तो." साहेबांचा उच्चार म्हणजे ब्रह्मलिखित, असा नेहमीचा अनुभव असल्यामुळे अधिक हुज्जत घालण्यात अर्थ नाही असा हेडक्लार्कनी पोक्त विचार केला. आकाशातून खाली पडलेली वीज परत आभाळात जाणे व गोडबोल्यांनी आपला हुकूम परत घेणे या दोन्ही गोष्टी सारख्याच शक्य होत्या.

झोपेत चालणाऱ्या मनुष्याला भोवताली काय चालले आहे याची कल्पनाही येत नाही. मनाला एकच ध्यास लागला की माणसाची अशीच स्थिती होते. आपण घरी कुठल्या रस्त्याने आलो हे देखील गोडबोल्यांच्या ध्यानात आले नाही. घरी येताच त्यांनी पत्राच्या पेटीची प्रथम तपासणी केली. पेटी रिकामी असलेली पाहून त्यांनी घाईघाईने कॉलबेल वाजविली. "आले हो, बाबा." असे शब्द व त्यांच्या पाठोपाठ पावलांची चाहूल ऐकू आली. दरवाजा उघडताच गोडबोले म्हणाले, "पत्रं आली आहेत का, लिली?" लिलीने मानेने होकार दिला व वडील आपल्या खोलीत पोचतात न पोचतात तो त्यांच्या हातात टपाल आणून दिले. पगडी टेबलावर ठेवून कोट न काढताच गोडबोले आपले खाजगी टपाल चाळू लागले. दुकानातील पुष्कळ लुगडी पाहूनही आपल्या आवडीच्या रंगाचे व पदराचे लुगडे मिळाले नाही म्हणजे एखाद्या स्त्रीची मुद्रा जशी उदास होते, त्याप्रमाणे खिन्न चेहरा करून त्यांनी टपाल भिरकावून दिले. तत्त्वज्ञानावरील दोनतीन मासिके ते मुद्दाम मागवीत असत. आजच्या टपालात त्यांपैकी एक होते. पण यावेळी तत्त्वज्ञानाचे घुटके घेण्याला त्यांचे मन स्वस्थ होते कुठे?

लिली चहा घेऊन आली. चहाचा पेला तोंडाला लावून गोडबोल्यांनी त्याचे

दोनचार घुटके घेतले व ते एकदम लिलीकडे वळून म्हणाले, ''लिली, आज तू लवकरशी आलीस शाळेतून?''

''माझं किनई डोकं दुखत होतं, बाबा.'' लिली खिडकीतून पाहात म्हणाली.

''डोकं दुखायला काय झालं? उठल्यासुटल्या सिनेमाला जातेस त्याचंच हे फळ! बस्स! आजपासून सिनेमा बंद! पदरचे पैसे खर्च करून रोग पैदा करायला सांगितलं आहे कुणी? उद्या तू एका आय.सी.एस.ची बायको होशील. बायकोचं सारखं डोकं दुखू लागलं तर त्यानं बापड्यानं काय करावं? तिचं डोकं धरून बसावं की आपलं काम करावं?''

''सिनेमानं नाही हो बाबा तसं होत.''

''मोठी डॉक्टरीणच झालीस की नाही? सिनेमाचा डोळ्यांवर परिणाम होतो आणि डोळ्यांचा डोक्यावर होतो हे सांगायला डि.ओ.च पाहिजे असं नाही.''

आपल्या खालच्या ओठावर दात रोवून लिली क्षणभर गप्प बसली व नंतर भिंतीवरील जॉर्ज बादशहाच्या फोटोकडे नजर लावून म्हणाली, ''पण माझं डोकं मुळी दुखतच नाही, बाबा.''

''म्हणजे?''

''मधल्या सुट्टीत मी घरी आले तेव्हा माणिक– वर्षापूर्वी लग्न झालं बघा तिचं, माणिक बाळंतीण झाल्याचं कळलं. ती नि मी पहिलीपासून अगदी बरोबर नव्हतो का बाबा? मला किनई तिच्याकडे गेल्याशिवाय राहवेना अगदी. कसा छान, गोरापान मुलगा आहे म्हणता तिचा!''

''कालिदास म्हणतो ते काही खोटं नाही.'' गोडबोले निराशेने म्हणाले.

''आलक्ष्य दन्तमुकुलान' हा श्लोक गुणगुणत चहाचा पेला घेऊन लिली निघून गेली.

'स्त्रीणामशिक्षितपटुत्वममानुषीषु । संदृश्यते किमुत या प्रतिबोधवत्य:' या चरणांचा विचार करीत गोडबोले बसले. टेबलावर पडलेल्या टपालाकडे नजर जाताच न आलेल्या पत्राची त्यांना आठवण झाली. त्यांच्या मनात विचारलहरी उसळू लागल्या- आज उत्तर यायलाच पाहिजे होते. आठवल्याला मी मराठी पहिलीपासून ओळखतोय अगदी. जन्मभर बरोबर चालणारे घड्याळ आहे ते नुसते. का लिलीला करून घ्यायचे मनातच नाही त्यांच्या? मी काही झाले तरी इन्स्पेक्टर! शामभट्टाची तट्टाणी म्हणणार नाही कुणी. पण अरबी घोडा म्हटले तरी इंद्राच्या ऐरावतापुढे किंमत काय त्याची? जुनी मैत्री लक्षात आणून एक आय. सी. एस. आपल्या आय. सी. एस. मुलाला इन्स्पेक्टरची मुलगी करून घेईल, हे या द्रव्ययुगात कितपत शक्य आहे? फार दयाळू न्यायाधीश म्हणून त्याची कीर्ती आहे. पण त्याच्या मुलावर मुलींच्या बापांच्या उड्या पडत असतील नुसत्या. हुंड्याच्या

लांब उडीत जो पहिला येईल तोच याचा व्याही होईल. पण गृहस्थाने नकार तरी कळवायचा! बाळपणची मैत्री म्हणजे खडकावरली इमारत असे म्हणतात! पण हा लोभ आहे ना जगात? खडकाची वाळू करणे हा त्याच्या अगदी हातचा मळ! बॅरिस्टरच शोधावा झाले लिलीला आता.

रात्र आली तशी गेली. बारा आकड्यांचा तोच तो प्रवास न कंटाळता करणाऱ्या घड्याळाप्रमाणे जगाने दुसऱ्या दिवसाच्या कार्यक्रमाला सुरुवात केली. बरोबर अकराच्या ठोक्याला गोडबोल्यांचे पाऊल कचेरीत पडले. आज साहेब यंत्राप्रमाणे सह्या करीत आहेत, समोरील कामात त्यांचे मन मुळीच नाही, हे हेडक्लार्कनी लवकरच ओळखले. प्रत्येक प्रकरणाकडे सूक्ष्मदर्शक यंत्रातून पाहणारी त्यांची दृष्टी आज आंधळ्याप्रमाणे हेतुशून्य दिसत होती. चार वाजून जाताच साहेबांचे शरीरही अस्वस्थ होऊ लागले. आजही पाचाच्या ठोक्याची वाट न पाहता ते घरी गेले.

घरी निराशेचे ताटच आपल्यापुढे वाढून ठेवले आहे असे त्यांना आढळून आले. अपेक्षित पत्रे आल्यामुळे गरीब असलेल्या लोकांनादेखील आज आनंदाचा अनुभव घेता येत असेल; पण आपल्या कपाळी मात्र तो नाही, असा विचार त्यांच्या मनात या वेळी आल्यावाचून राहिला नाही. एखादी स्त्री श्रीमंत असली म्हणून तिला मातृपदाचे सुख मिळतेच असे कुठे आहे?

आपल्या नियमितपणाच्या लौकिकाला गालबोट हे लागलेच. दररोज आपण लवकर घरी जाऊ लागलो तर हे गालबोटाचे काळे वाढत जाईल, असा विचार तीन दिवसांनी गोडबोल्यांच्या मनात आला व चवथ्या दिवशी पत्राच्या मोहाला बळी पडायचे नाही असे त्यांनी ठरविले. त्यांच्या या निश्चयाचे फळ त्यांना त्याच दिवशी मिळाले. मनोराज्यातील त्यांचे व्याही आठवले यांचे आपण पैही हुंडा न घेता लिलीला सून करून घ्यायला कबूल आहोत, असे पत्र दुसरेच दिवशी आले. एकदोन दिवसांत आपण मुंबईला येत आहोत असेही आठवल्यांनी पत्रात लिहिले होते.

दुसरे दिवशी सकाळी गोडबोले आपले तत्त्वज्ञानाचे मासिक मोठ्या आवडीने वाचीत व लिलीच्या लग्नात जावयांना कोणत्या रंगाचा सूट द्यावा याचा विचार करीत आराम खुर्चीवर पडले होते. घंटानादाने त्यांच्या या समाधीचा भंग होऊन त्यांनी ''कोण आहे?'' म्हणून गड्याला विचारले.

''मुलगा आला आहे एक!''

''आत पाठवून दे त्याला.''

सुमारे सतराअठरा वर्षांचा एक उंच, फिक्कट चेहऱ्याचा मुलगा आत आला. वाघापुढे जाणाऱ्या शेळीप्रमाणे त्याचे अंग थरथर कापत होते. त्याच्या अंगावरले कपडे

अगदी जीर्ण झाले असून चेहऱ्यावरही दारिद्र्यामुळे येणारे दैन्य स्पष्ट दिसत होते.

''काय काम आहे?'' हातातील तत्त्वज्ञान मिटून व अंगठा आणि करंगळीजवळचे बोट यांनी चष्म्याची नाकावरून कपाळावर उचलबांगडी करून इन्स्पेक्टरांनी विचारले. त्या मुलाला त्यांच्याकडे पाहण्याचा धीर झाला नाही. त्याच्या कपाळावरून घाम निथळत होता.

''काय हवं तुला?'' इन्स्पेक्टरच्या तत्त्वज्ञानाची जागा वीररसाने घेतली होती असे या प्रश्नाच्या स्वरांवरून कुणीही अनुमान केले असते. आपण गप्प राहिलो तर साहेब आपल्याला वेडा म्हणून हाकलून देतील असे वाटून त्या मुलाने उत्तर दिले,

''मी-मी पुअर बॉइज स्कूलमध्ये आहे.''

''मग काय पाहिजे तुला? गरीब आहेस? हे घे चार आणे.'' गोडबोल्यांनी टेबलावरील चांदीच्या वाटीतील एक पावली उचलली व त्याच्यापुढे फेकली. त्या मुलाने त्या पावलीकडे ढुंकूनदेखील बघितले नाही.

''पावली कमी वाटली तुला? मोठा बाजीरावाचा बेटाच दिसतोस!''

खोल विहिरीत पोहायला उडी टाकण्याच्या वेळी मनुष्य जसा पुनःपुन्हा वाकून पाहतो त्याप्रमाणे तो मुलगा इन्स्पेक्टरांच्या चेहऱ्याकडे बारकाईने पाहात होता. शेवटी, सर्व धीर एकवटून तो म्हणाला, ''जन्मतारीख ब-बदलली आहे मी.''

''अस्सं! ते ठकसेन राजपुत्र तुम्हीच होय? दोन वर्षांची रजा मिळालीच आहे तुम्हाला!''

''घरी आई नि धाकट्या दोन बहिणी आहेत. बाकी कुणी नाही, साहेब. साहेब, गरिबावर दया करा.''

''पण गरिबानं प्रामाणिकपणानं का वागू नये?''

तो मुलगा खाली मान घालून अडखळत बोलू लागला, ''घरी पेज खाऊन राहतो आम्ही, साहेब. स्कॉलरशिप मिळविण्याच्या आशेनं वय बदललं मी. वयाची अट आहे त्या स्कॉलरशिपला.''

''छान केलंस! उद्या खिसे कापायला लागशील!''

''नाही, साहेब. अगदी नाही. फीला पैसा नाही घरात. मॅट्रिक झाल्यावाचून नोकरीही नाही कुणी देत.''

''फाजील बडबड करू नकोस. दोन वर्षांनी खुशाल शाळेत जा कुठल्याही.''

''साहेब, नका हो असं करू. माझ्या आईकडं तरी बघा. बाबा यंदा मॅट्रिक होईल, मग त्याला नोकरी लागेल, मग तो तुम्हाला चांगल्या चांगल्या साड्या आणून देईल असं ती दररोज माझ्या बहिणींना सांगते.''

''बाबा खोट्या तारखा करतो हे नाही वाटत सांगत ती?'' गोडबोले तिटकाऱ्याने म्हणाले.

“माझी पहिलीच चूक आहे ही, साहेब. एवढी माफ करा.”

“पहिली चूक माफ केली की दुसरी चूक होऊ लागते.”

“नाही, साहेब. देव पहिल्या चुकीबद्दल शिक्षा करीत नाही.” दाराशी व्हिक्टोरिया थांबली असे वाटून गोडबोले जागेवरून उठले व पाहू लागले. त्यांचे भावी व्याही आठवले गाडीतून खाली उतरत होते. गोडबोले घाईघाईने जाऊ लागले. मुलाने केविलवाण्या दृष्टीने त्यांच्याकडे पाहून म्हटले, “साहेब, एकदा माफी करा. पहिलीच चूक–”

“कशाला मरायला आलास या वेळी? रस्त्यावर जागा नाही वाटतं? थांब, आता गड्याकडून धक्के मारवूनच तुला घालवून देतो.”

शेवटचा आशातंतू तुटल्यामुळे जड पावलांनी तो मुलगा तेथून निघून गेला. गोडबोले आठवल्यांना घेऊन वर आले. त्यांचे कपडे त्यांनी स्वत: आपल्या हाताने खुंटीला लावले. “लीले, अग लीले, मामंजींना चहा घेऊन ये हं!” त्यांनी मोठ्याने ओरडून सांगितले. त्यांच्या आवाजावरून त्यांचा आनंद व्यक्त होत होता.

हवापाण्याच्या गप्पा संपून बाळपणच्या आठवणींना सुरुवात झाली. आठवले एखादी आठवण सांगत व गोडबोले खो खो करून हसून तिचे स्वागत करीत. शाळेच्या कारकुनाप्रमाणे हुबेहूब अक्षर काढण्याच्या त्यांच्या शक्तीचा उल्लेख आठवल्यांनी केला व ते पुढे काही बोलणार तोच लिली चहा घेऊन आली.

“लिली, मामंजींचे आभार मान हं तू. एक पै देखील न घेता आय. सी. एस. नवरा देताहेत ते तुला.”

लिलीने लाजून मान खाली घातली व टेबलावर चहाचे कप ठेवून ती निघून गेली. चहा घेता घेता आठवले म्हणाले, “मी हुंडा का घेत नाही हे आलं का तुझ्या लक्षात?”

“गेल्या सामाजिक परिषदेचा तू अध्यक्षच होतास की! तुझं ते भाषण वाचून मला धीर आला अन् म्हणून तर लिलीबद्दल मी शब्द टाकला.”

“अरे, परिषदेतलं भाषण परिषदेत. ते काही खरं कारण नाही. ओळख पाहू खरं कारण!”

गोडबोल्यांनी खूप डोके खाजविले; पण काही केल्या त्यांचा तर्क चालेना.

“तू नुसत्या शाळा तपासाव्यास आणि इंग्लिश बरं, संस्कृत कच्चं, असले शेरे ठोकावेस. अरे गृहस्था, मी आय. सी. एस. झालो म्हणून माझा मुलगा आय. सी. एस. होऊ शकला. पण तू नसतास तर मी तरी आय. सी. एस. कुठं होणार होतो? माझं वय जास्ती नव्हतं का शाळेत? कारकुनासारखं हुबेहूब अक्षर काढून तू माझ्या सर्टिफिकिटातलं वय बदललंस म्हणून तर मी आय. सी. एस. झालो!”

गतस्मृतीच्या पुढे उभ्या राहिलेल्या भुताकडे गोडबोले भेदरलेल्या दृष्टीने पाहू

लागले. मघाशी गयावया करणाऱ्या मुलाने तरी अधिक काय केले होते? आठवले घरचा श्रीमंत, अभ्यासात हुषार. आय. सी. एस. व्हायला त्याला फक्त वयाची अडचण येणार हे आपल्या ध्यानात येताच आपण खऱ्याखोट्याचा विचार न करिता सर्टिफिकिटात बदल करण्याचे धाडस केले. मघाशी आलेल्या मुलाएवढेच आपण त्या वेळी होतो. त्याच्यासारखी आठवल्याची अन्नान्नदशा होती असेही नाही. घारीने हार नेला तरी चालतो आणि चिमणीने दाणा टिपला तर चालत नाही, अशातले आपले वर्तन नाही का? परवा आपली लिली काही एक कारण नसता खोटे बोलली होती. तिला आपण क्षमा केलीच की नाही?

गोडबोले काहीच बोलत नाही असे पाहून आठवले म्हणाले, "एवढा काही पश्चात्ताप व्हायला नको तुला. काळाच्या प्रवाहात सारंच वाहून जातं. या न्यायखात्यात माझे केस काळ्याचे पांढरे झाले. एक अनुभवाची गोष्ट सांगतो, गोडबोले. सूर्यालासुद्धा जशी छाया आहे, तसे माणसात हे दोष असायचेच. कुठलाही खटला आला तरी मी हे तत्त्व ध्यानात ठेवतो. शिवाय तुझं ते मार्गदर्शक वाक्य तर माझ्या अंतःकरणावर कोरल्यासारखं आहे अजून."

"माझं वाक्य?"

"हो तुझंच. सर्टिफिकिटातील तारीख बदलताना मी जेव्हा घाबरून तुला नको म्हणू लागलो तेव्हा तू म्हणालास, 'देव पहिल्या चुकीची नेहमीच क्षमा करतो.' माझ्यापुढं कुठलाही खटला आला की पहिला गुन्हा असेल तर मी फार दयाळूपणानं वागतो याचं कारण हेच आहे. देवानं जर माझ्या पहिल्या अपराधाची क्षमा केली आहे तर मी तरी इतरांना तशीच क्षमा का करू नये? ती सर्टिफिकिटाची लबाडी जर त्या वेळी बाहेर पडली असती, तर शाळेतून माझी हकालपट्टीच झाली असती. नि तसं झालं असतं म्हणजे मी निराळ्याच अर्थानं आय. सी. एस. झालो असतो." एवढे बोलून आठवल्यांनी मोठ्याने हसायला सुरुवात केली. गोडबोल्यांच्यापुढे स्वतःच्या वाक्याचे दुसरे भूत उभे राहिले. काही तरी विचार मनात येऊन ते जागेवरून उठले. इतक्यात रस्त्यावर मोठा गलबला सुरू आहे असे वाटून दोघेही खिडकीतून खाली पाहू लागले. "मोटारीखाली घालून घेतलंन पोरानं!" प्रेक्षकांपैकी कोणी तरी म्हणत होते. थरथर कापत गोडबोल्यांनी खाली पाहिले. एका घटकेपूर्वी त्यांच्याकडे क्षमायाचना करणाऱ्या त्या बाळ-जीवाचा देह चेंदामेंदा होऊन रस्त्यावर पडला होता.

(१९२९)

■

आरामखुर्ची

आरामखुर्चीत पडून कॉलेजात दुपारी शिकवायचा भाग मी वाचीत होतो. पुष्कळांना खरेही वाटणार नाही हे! कॉलेजात शिकविण्याकरिता प्रोफेसर घरी तयारी करतात ही गोष्ट गगनपुष्पाचे अत्तर हाताला लावून शशशृंगाने गृह शृंगारणाऱ्या वन्ध्यापुत्राइतकीच त्यांना खरी वाटायची! कॉलेजातल्या कुठल्याशा मंडळातल्या कवीने तर प्रोफेसरांची संस्थानिकांशीच तुलना केली आहे! 'प्रोफेसरचे कोष्टक' हा चुटका तर अलीकडील मुलांना मुखोद्गतच असतो अगदी.

१२ पै	= १ आणा
१६ आणे	= १ रुपया
२ ते ४ रुपये	= १ नोटांचे बाड
१० बाडे	= १ लेक्चरर
१ लेक्चरर + वशिला	= १ प्रोफेसर

असली कोष्टके विद्यार्थ्यांच्या जिव्हाग्रावर नाचत असताना घरी 'Quality Street' सारख्या सोप्या नाटकामध्ये मी डोके खुपसून बसलो होतो या गोष्टीवर त्यांचा विश्वास बसणार तरी कसा?

उच्च दर्जाची आनंदप्रधान नाटिका, गुदगुल्या करणारा विनोद, चटकदार उपरोध, सुंदर टीका इत्यादी शब्दांचा साठा माझ्यापाशी भरपूर होता. पण माझी खरी अडचण होती निराळीच. ''It is not the flaunting flower men love, it is the modest violet'' या वाक्यापाशी वर्गात माझ्या वक्तृत्वाचे घोडे पेंड खाणार यात शंका नव्हती. मुग्ध उन्मादावस्थेत असलेल्या सतरा-अठरा वर्षांच्या विद्यार्थ्यांना हे तत्त्व पटवायचे कसे? आणि तसेच पाहिले तर ते मला तरी कुठे पटले होते? माझे दोन हात अद्यापि व्याजी लागले नसल्यामुळे स्वतःच्या उदाहरणाचा इथे काहीच उपयोग नव्हता. पण माझ्या भोवतालचे जग? त्यात स्त्रीच्या गुणाची कदर

झालेली कुठे दिसून येत होती? मुलगी पाहायला गेलेले बहुतेक लोक सासऱ्याचे डबोले पाहूनच परत आले नव्हते का? सासऱ्याने कोणत्या कंपनीची तिजोरी विकत घेतली आहे, अगर कोणत्या बँकेशी त्याचा पत्रव्यवहार आहे, या गोष्टीच अनेक भावी जावयांना महत्त्वाच्या वाटतात. बँका व तिजोऱ्या यांच्याकडे त्यांचे लक्ष जाण्याचे कारण स्वदेशांतील उद्योगधंद्याविषयी त्यांना वाटणारी कळकळ हेही असण्याचा संभव आहे! काही जावई तिजोरीऐवजी मुलगी पाहतात! नाही असे नाही. पण अशा वेळी त्यांच्या अंगात रॅफेलपासून रविवर्म्यापर्यंतचे सर्व चित्रकार एकदम संचारतात. संसार चित्राला हवे असे सुंदर मॉडेल मिळाले तरच ते बोहल्याच्या पायऱ्या चढतील. अशा स्थितीत पुरुष बाह्यरंगावर भुलत नाहीत असे म्हणण्यात काय अर्थ आहे! सीतेपासून सिंधूपर्यंत एक तरी नायिका कुरूप आहे का? ''It is not the flaunting flower men love, it is the modest violet – हे सुभाषित ऐकायला ठीक आहे. पण सुभाषिते म्हणजे काय? कल्पनेचे मधुर आलाप!

मी आरामखुर्चीतून उठून येरझारा घालू लागलो. मनाला कसे गुदमरल्यासारखे झाले अगदी. सुभाषितांचे जग किती उदात्त! पण या जगात अनुभवाची हवा नसली तर जगायचे कसे? माझ्या माहितीतली किती तरी माणसे मनाच्या पडद्यावर नाचून गेली. पण सारी विरुद्ध साक्ष देणारी. आज वर्गात हे वाक्य शिकविताना काय लटपटपंची करावी? माझा मलाच राग आला. शिक्षण ही अमृताची धार असायला नको का? पण मी तर मृगजळाचा सागर निर्माण करून- असले फसवे शिक्षण देण्यापेक्षा...

मी पुढे काय प्रतिज्ञा केली असती ते माझे मलाच कळत नाही. कदाचित राजीनामा द्यावा असे मी म्हटले असते. कदाचित कडकडीत चहा पिऊन त्रस्त मनाचे सांत्वन करण्याचा उपायही मला सुचला असता.

दारावर टकटक आवाज झाला. दार उघडून पाहतो तो कॉलेजचा शिपाई! प्रिन्सिपॉलसाहेबांचे जरुरीचे पत्र घेऊन आला होता तो. पत्रात एवढाच मजकूर होता–

''कलकत्त्याला श्री. सरदेसाई यांना संस्थेतर्फे भेटण्याकरिता तुम्हाला ताबडतोब निघायला हवे. जाण्याची तयारी करून मला भेटा.''

सरदेसाई?

कलकत्त्याला कोण सरदेसाई आहेत? आणि संस्थेचे त्यांच्याकडे काय काम आहे?

जागृत झालेल्या स्मृतीने हालचाल केली. तो गुणवंत सरदेसाई तर नसेल ना? बी.ए.च्या वेळी माझ्या शेजारच्याच खोलीत राहत असे स्वारी. नेहमी आरामखुर्चीत पडलेली असायची! साऱ्या रेसिडेन्सीत 'इझिचेअर' म्हणत असत त्याला. या

आरामखुर्चीकडे कशाला जायचे? बेट्याला एखाद्या सोडतीत दहापाच लाख रुपये तर मिळाले नाहीत ना?

हालचाल करणाऱ्या स्मृतीने डोळे उघडले.

बी.ए. ची परीक्षा झाल्यावर वडिलांच्या एका श्रीमंत स्नेह्यांच्या सुंदर आणि सुशिक्षित मुलीशी लग्न करणार होता तो. तो फोटो! मीना त्या मुलीचं नाव! त्याला सासऱ्याचे घबाडच मिळाले असेल बहुधा. त्या मुलीची एक गरीब मावसबहीणही आहे असे बोलून गेला होता एकदा तो. 'त्या गरीब मुलीशी लग्न कर की मग!' असे त्या वेळी मी थट्टेने म्हणालो आणि सरदेसायाने एवढाले डोळे केले...

माझी स्मृती गुणगुणू लागली,

"It is not the flaunting flower men love, it is the modest violet

मला हसू आले. वाटले बॅरीला कलकत्त्याला न्यावे, सरदेसायासमोर उभे करावे आणि म्हणावे, "सांग आता तुझ्या या वाक्याचा अर्थ."

प्रवासात मन कसे वावडीसारखे वाऱ्यावर फिरत असते. मधेच ते गतकाळात भटकू लागते, मधेच भविष्यकाळाकडे झुकते. सरदेसायासारख्या माजी विद्यार्थ्याने लाख रुपये वडिलांच्या नावाने देणगीदाखल देण्याचा संकल्प जाहीर केला म्हणून संस्था मला त्याच्याकडे पाठवीत होती. पण ज्या गृहस्थाने कॉलेज सुटल्यावर मला साधी लग्नपत्रिकासुद्धा पाठविली नाही, तो पूर्वीची ओळख आठवून आता माझ्या हातावर लाखाचं उदक सोडील ही आशा बाळगण्यात काय अर्थ होता? पण सार्वजनिक संस्था म्हटली की तिचे तत्त्वज्ञान आलेच! धोंडे मारा; आंबे पडोत, नाही तर न पडोत. या वेळी तरी धोंडे मारून पुन्हा तेच पदरात घ्यायचे काम करावे लागणार याविषयी मला शंकाच नव्हती.

निघताना पुण्याहूनच तार केली होती त्याला! पण श्रीमंत सासऱ्याचा जावई आणि एक लाखाची देणगी देणारा धनिक, विद्यार्थिदशेतील ओळख आठवून आपल्या मित्राकरिता स्टेशनवर येईल ही गोष्ट काही शक्यतेच्या कोटीतली नव्हती. त्याच्या घरी उतरायला जावे की न जावे या विचारात पडलो मी स्टेशनावर. हो, श्रीमंतांची मने असतात फार नाजूक! एखाद्या लवंगी शब्दानेसुद्धा त्यांना उष्णता होते. बाहेर कुठे उतरलो तर तेवढ्यासाठीच हा लक्षाधीश रागावून बसेल आणि आपल्याला हात हालवीत परत जावे लागेल, असा पोक्त विचार करूनच मी शेवटी त्याच्या बंगल्याची वाट धरली.

भीत भीत मी बंगल्याच्या पायऱ्या चढू लागलो. पण मला पाहताच एक नोकर सामानाकरिता लगबगीने पुढे आला. पायऱ्या चढून जाताच दारात एका हसतमुख तरुण स्त्रीने नमस्कार करून म्हटले, 'या भाऊजी.'

आता मात्र मी बुचकळ्यात पडलो. भाऊजी घरी आले, पण बंधुराज कुठे पळाले याचा पत्ता लागेना. वहिनींच्याकडे पाहिले तो रूप दहाजणींसारखे. गुणवंत आपल्या भावी वधूचे जे वर्णन करी, तिचा जो फोटो त्याच्यापाशी होता- काव्ये आणि कादंबऱ्या जाळून त्यांची तीट तिला लावावी असे म्हणण्यापर्यंतही त्याची मजल गेली होती एकदा – त्या फोटोचा आणि खऱ्याखुऱ्या वहिनींचा काहीच मेळ बसेना. मनात नाना प्रकारचे विचार येऊ लागले. एकदा वाटले– ही दुसरी बायको असेल गुणवंताची! नंतर विचार सुचला– एखादे जिवावरले दुखणे गेल्यामुळे गुणवंताच्या बायकोचे रूप तर बदलले नाही ना? पण या विचाराचे माझे मलाच हसू आले. सोनचाफे बावरले म्हणून ते काय कण्हेरीसारखे दिसेल?

वहिनी मला दिवाणखान्यात बसवून चहा आणण्याकरिता गेल्या. तेवढ्यात मी सर्व वस्तू पाहून घेतल्या. गुणवंत व्यापारात पडला असला तरी त्याचे हृदय कवीचे आहे हे बोलून दाखविणाऱ्या किती तरी सुंदर वस्तू तिथं होत्या. दिवाणखान्यात पसरलेल्या गालिचाचा रंग आणि फुलदाणीतील फुलांचा रंग यांच्यातली संगती किती सुंदर दिसत होती! समोरासमोर लावलेली 'क्रौंचवध' आणि 'सीतात्याग' ही दोन चित्रे पाहताच माझ्या मनात विचारांचे कल्लोळ उठले. व्याधाने पक्ष्यांच्या जोडप्यांपैकी एकाचा वध करताच ज्या वाल्मिकीचा सात्त्विक संताप जागृत झाला, त्याच्यावरच रामाने टाकलेल्या सीतेचे करुणचित्र रंगविण्याची पाळी आली! दिवाणखान्यातील वस्तू नि वस्तू गुणवंताच्या सौंदर्यदृष्टीची साक्ष देत होती. पण– चहा घेऊन येणाऱ्या वहिनींकडे पाहताच मला गुणवंताचे आश्चर्य वाटू लागले.

"तुम्ही कशाला आणलात चहा?"

"चहाची नदी नाही काही आमच्या घरात! की आपला तो चहा आपोआप वाहत येईल—"

"पण नोकरचाकर—"

"तुम्ही आमचे पाहुणे! नोकराचाकरांचे नाही." चहा ओतण्याकरिता त्यांनी आपली मान खाली केली. मघाचे धीटपणाचे स्वागत, आताचे हे बोलणे— माझी खात्रीच झाली. ज्या सुशिक्षित, सुंदर आणि श्रीमंत मुलीशी गुणवंत लग्न करणार होता ती हीच. आता तिचे रूप—

मी वहिनींना विचारले, "क्वालिटी स्ट्रीट वाचलंयत् का?"

"कुठला स्ट्रीट हा? आमच्या कलकत्त्यात रस्ते फार आहेत हं! सराईत माणसाला सुद्धा चुकायला होतं एखाद्या वेळी."

"मी म्हणतो ते नाटक आहे. कॉलेजच्या पहिल्या वर्षाला लावलंय आमच्याकडं."

वहिनी खो खो हसू लागल्या. पण माझा भांबावलेला चेहरा पाहताच त्या म्हणाल्या,

"कागदाची होडी समुद्रात सोडली तर काय होईल, भाऊजी?" काय होईल हे सांगायला इंग्लिशचा प्रोफेसर असलेला भाऊजी कशाला हवा होता? मी काहीच बोलत नाही असे पाहून वहिनी म्हणाल्या, "त्या होडीसारखंच आहे माझं इंग्रजी!"

पुढे काय बोलायचे तेच मला कळेना. सारेच चमत्कारिक दिसत होते. एखाद्या आरामखुर्चीत अंग टाकून प्रवासात आलेला शीण घालवावा म्हणून मी दिवाणखान्यात इकडे तिकडे पाहू लागलो. पण मला आरामखुर्ची कुठेच दिसेना! "काय हवंय भाऊजी?"

"आरामखुर्ची."

"औषधालासुद्धा मिळायची नाही आमच्या इथं."

"म्हणजे?"

"अगदी बहिष्कार घातला आहे आरामखुर्चीवर त्यांनी!"

"तो का?"

"स्वदेशीसाठी असेल!"

मला हसू आवरेना.

"हसायला काय झालं इतकं?"

"कॉलेजात ही स्वारी सदान्‌कदा आरामखुर्चीत पडलेली असायची! त्या वेळचं त्याचं पुढल्या आयुष्याविषयीचं आवडतं स्वप्न सांगू का तुम्हाला?"

"हं."

"संध्याकाळच्या वेळी बागेत दोन आरामखुर्च्या टाकल्या आहेत, टेबलावर लज्जतदार चहा आहे, ती एखादी गोड कविता गोड गळ्यानं म्हणत आहे—"

"पुरे, पुरे भाऊजी!"

"का?"

"स्वप्नं कधी खरी झाली आहेत का?"

बॅरीच्या त्या ओळी आठवून माझ्या मनात आले– कविकल्पना हेही एक स्वप्नच नाही का?"

निकडीच्या कामामुळे गुणवंताला एकाएकी बाहेर जावे लागले होते. पण मी त्याचा बालमित्र आहे अशी समजूत होण्यासारखं काहीतरी तो त्यांच्यापाशी बोलला होता खास. लग्नपत्रिका पाठवायला विसरणारा हा सद्‌गृहस्थ इतका प्रेमळ आहे असे दुसऱ्या कुणी सांगितले असते तर मी त्याच्यावर मुळीच विश्वास ठेवला नसता. पण दुसऱ्याच्या डोक्यावर नसेल इतका माणसाचा स्वत:च्या डोळ्यांवर विश्वास बसतो. गुणवंताला धंद्याच्या निमित्ताने वारंवार परगावी जावे लागे. त्यामुळे पाहुण्यांचे स्वागताचे काम वहिनींच्याकडेच येई. त्या या कामात किती प्रवीण झाल्या होत्या याचा अनुभव मी येताक्षणीच घेतला. कलकत्त्यासारख्या परमुलुखात राहणाऱ्या

श्रीमंत व्यापाऱ्याची बायको चलाख असावी यात नवल नव्हते. पण तिचे रूप दहाजणींसारखेच होते हे आश्चर्य नव्हे का?

या आश्चर्याचा विचार करता करता, कॉलेजात असताना गुणवंताच्या पुस्तकात सापडलेला त्याच्या भावी वधूचा फोटो मला आठवला. बंगल्यापुढील कारंजापाशी आरामखुर्चीत पडून कादंबरी वाचीत होती ती. त्या फोटोतील मुलीशी वहिनींचे काही साम्य होते म्हणावे तर– माझ्या स्मृतीने लगेच निषेधार्थक ठरावच पास केला असता.

गुणवंत आल्याखेरीज या कोड्याचा उलगडा होणे शक्य नव्हते. तो येताच कॉलेजातल्या आठवणींना उजाळा मिळाला. अगदी अरे-तुरे म्हणून आम्ही बोलू लागलो. या संधीचा फायदा घेऊन मी त्यास म्हटले, ''बाकी जस्साचा तस्सा राहिलायस तू, पण एक मात्र—''

आपले हसू दाबीत त्याने विचारले, ''एक काय?''

''एका गोष्टीत अगदी उलथापालथ होऊन गेली आहे.''

''कुठली गोष्ट ती?''

''आरामखुर्ची!''

क्षणभर समोरील चित्राकडे पाहून तो गंभीरपणे म्हणाला, ''झालंय खरं तसं— कॉलेजात असताना मला वाटे– साऱ्या जगातलं सुख आरामखुर्चीत भरलंय. वाचायला, सृष्टीची शोभा पाहायला, आयुष्यातला खराखुरा आनंद चाखायला, आरामखुर्चीसारखी जागा नाही दुसरी. तुला तो फोटो आठवतो का? माझ्या पुस्तकात तो दिसताच साऱ्या पोरांनी रेसिडेन्सी डोक्यावर घेतली होती अगदी!''

''त्यांचा तरी काय दोष? तू एका माणसाला डोक्यावर घेतलं होतंस. त्यांनी—''

तो हसत हसत म्हणाला, ''पण मागून माझं डोकं फिरलं ना? ते नुसतं फिरलं नाही हं! पृथ्वी जशी सूर्याभोवती फिरते—''

''ह्या सूर्याने तुझी आरामखुर्ची जाळून टाकली वाटतं?''

''तसं म्हण हवं तर. दरवर्षी एखादा दिवस मी तिच्या वडिलांच्या घरी राहायला जात होतो. तेवढ्यात ती अशी चमकत असे! नव्या कादंबरीची माहिती, नाटकातली नवी नवी गाणी, शृंगाराच्या नव्या नव्या तऱ्हा—गंधर्वनगरीतच आल्याचा भास होई मला. तिचा तो आरामखुर्चीतला फोटो त्या वेळीच पैदा केला मी.''

तो क्षणभर थांबला. त्याच्याकडे पाहण्याचे टाळण्याकरिता मी भिंतीवरील चित्राकडे नजर टाकली. दुष्यंत आणि शकुंतला यांच्या पहिल्या भेटीचे चित्र होते ते! माझ्या मनात विचार आला—दुष्यंत खूप दिवस आश्रमात राहिला असता तर त्याला अधिक कोण आवडू लागली असती? शकुंतला की अनसूया?

मी पाहात असलेल्या चित्राकडे गुणवंताने पाहिले. किंचित स्मित करून तो म्हणाला, "बी.ए. झाल्यावर तिच्या वडिलांनी मला बोलावलं. पहिल्या दिवशी मीनाबरोबर हसता-खेळताना स्वर्ग अगदी दोन बोटं राहिला असं मला वाटलं. स्वर्गाच्या दारात उभं राहून मी पृथ्वीकडे पाहिलं. कुठं माझी प्रेमदेवता आणि कुठं तिची ती मृत्युलोकातली मावस-बहीण! दोघींत जमीनअस्मानाचं अंतर होतं."

माझ्या चेहऱ्यावरील कुतूहल पाहून तो म्हणाला, "पण आकाश हा आभास नाही का? जमीन खरीखुरी, साऱ्या जीवांना आधार देणारी—जाऊ दे ते. काय घडलं तेच तुला सांगतो. आठपंधरा दिवसांत मला जे दिसलं–माझ्या भावी पत्नीला बागेत आरामखुर्ची टाकून कादंबऱ्या वाचीत बसण्याची भारी हौस होती. पण तापाच्या साथीनं माळी आजारी पडल्याबरोबर कुंड्यांतील फुलझाडं सुकू लागली. तापाला आणि माळ्याला शिव्या देण्यात मीनाने मुळीच कसूर केली नाही; पण झारी घेऊन पाणी शिंपायला मात्र काही केल्या तयार होईना ती! तीन-चार दिवसांनी झाडं पुन्हा टवटवीत दिसू लागली. माळी तर आजारीच होता. पाणी कोण घालतं हे जेव्हा मी पाहिलं— घरच्या धबडग्यामुळे जिला मान वर करायला फुरसत मिळत नव्हती ती मीनाची मावसबहीण विमल त्या फुलझाडांना जगवीत होती.

असल्या तीन-चार अनुभवांनी माझ्या डोळ्यांत अंजन घातले. पण ते पुरे उघडले तो प्रसंग! मीही त्या तापाच्या साथीत सापडलो. एकशेपाचपर्यंत ताप! अर्धवट भ्रमातसुद्धा असायचा मी केव्हा केव्हा! कुठलेसे संस्थानिक हवेकरिता तिथे आले होते त्या वेळी. त्यांच्याकडलं रात्रीच्या जलशाचे आग्रहाचे आमंत्रण आले आमच्या घरी. संध्याकाळी चार-पाच वाजल्यापासून माझ्या प्रेमदेवतेची गडबड सुरू झाली. हा शालू नेसावा की ते जरीचे लुगडे बरे दिसते? त्या लुगड्याला कुठला ब्लाउज शोभतो? वेणी पाठीवर सोडावी की पिळाचा अंबाडा बांधावा? पलीकडच्या खोलीतले तिचे हे प्रश्न आणि तिच्या मावसबहिणीची तुटक उत्तरे मला मधून मधून ऐकू येत होती. 'तू काय नेसणार?' या मीनाच्या प्रश्नाला तिने उत्तर दिले. 'नेसेन काहीतरी!' तिच्या या उत्तराने माझी प्रेमदेवता खास रागावली असावी.

संध्याकाळी ताप चढू लागला. थोड्या वेळाने मला काही समजेनासे झाले. मी शुद्धीवर आलो तेव्हा मध्यरात्र झाली असावी. माझ्या डोक्यावर कोलनवॉटर घालताना कांकणांचा आवाज झाला. मी डोळे उघडण्याचा प्रयत्न केला. पण ते अगदी जड झाले होते. संस्थानिकाकडील जलशाची मला आठवण झाली. तो मोह दूर झुगारून माझ्या शुश्रूषेकरिता येऊन बसणाऱ्या मुलीचे हृदय किती प्रेमळ असले पाहिजे! वडिलांच्या स्नेह्याची मुलगी म्हणून नव्हे तर प्रेमळ तरुणी म्हणून...

घडीवर कोलन-वॉटर घालणाऱ्या हाताला स्पर्श करण्याचा मोह मला आवरेना. मोठ्या कष्टाने मी आपला हात वर उचलला. कांकणे पुन्हा वाजली. तिने चटकन

आपला हात मागे घेतला असावा! मी काहीतरी बोलणार होतो. पण डोळ्यांवर अशी झापड आली होती की माझ्या तोंडातून शब्दसुद्धा उमटला नाही.

दुसरे दिवशी सकाळी मी मीनाला म्हटले, ''कसा काय झाला रात्रीचा जलसा?''

''छान! आरामखुर्चीत पडून डुलकी घेत घेत गाणं ऐकणं काही वाईट नाही फारसं.''

''त्यापेक्षा घरी येऊन निजलेलं काय वाईट?''

''संस्थानिकांना काय वाटलं असतं हे नको का बघायला? नाही तर आमची विमा! डोकं दुखतं म्हणून आली की लगेच तिथून उठून! राणीसाहेबांशी ओळख झाली असती तर त्यांनी नवरा तरी पाहून दिला असता चांगला!''

चहा घेऊन दिवाणखान्यात येणाऱ्या वहिनी म्हणाल्या, ''राणीसाहेबांच्या ओळखीशिवायच—''

''कोलन-वॉटर नव्हते ते गुणवंत! जादूनं मंतरलेले पाणीच असावं ते!'' मी म्हणालो.

मी हसत हसत वहिनींच्याकडे पाहिले. त्यांच्या डोळ्यांतल्या पाण्यात जादू होती खरीच!

(१९३५)

■

इरले, रेनकोट व सनातनधर्म

‘श्—श्’

साधा आवाज! व्याकरणाच्या दृष्टीने नुसती व्यंजने! पण या साध्या आवाजाने चंडीरामपंतांच्या अंगावर भरपूर मांस आले. महिनाभर सुग्रास अन्न खाऊनसुद्धा एवढी मांसाची मिळकत त्यांना सहसा होत नसे. अन्न हे साधे औषध पण स्तुती हे इंजेक्शन आहे, असे कुणी म्हटलेच आहे ना?

या मूठभर मांसाचा इतिहास असा घडला. बेळगावला ‘आर्यसंस्कृती’वर प्रवचने देण्याकरिता चंडीराम दांडेकरांना तेथील सनातनी धर्मबांधवांचे आमंत्रण आले. पावसाळ्याचे दिवस! जावे की न जावे हा पंतांना विचार पडला. उत्तर ध्रुवावरून थंडीवाऱ्यातून हिंदुस्थानात आलेले आर्यपूर्वज आणि बेळगावला मिळणारी बिदागी त्यांच्या डोळ्यांपुढे उभी राहिली. त्यांच्या मनात आले– पाऊस पाऊस तो काय? आर्यऋषी बर्फमय प्रदेशात उष:सूक्ते गाते झाले; मग पावसाबरोबर आपण प्रवचने झोडली तर योग्यच होईल. पावसाची तरी काय एवढी बिशाद? एक छानसा रेनकोट घेतला म्हणजे झाले!

चंडीरामपंत रेनकोट घेण्याकरिता गिरगावातल्या दुकानात गेले. दुकानदार आपल्याला बी.ए. झालेले सनातनी प्रवचनकार म्हणून ओळखीत आहे हे पाहताच त्यांना– विशेषत: त्यांच्या उजव्या हाताला व पैशाच्या पाकिटाला फार आनंद झाला. पण फार वेळ टिकायला आनंद म्हणजे काही नॉर्वे देशातली भाकरी नव्हे! आधीच सारे दुकानदार चोर! त्यातून हा तर ओळखीचा पडला! नाइलाजाने चंडीरामांनी आपली दृष्टी देशी रेनकोटावरून जपानी रेनकोटाकडे वळविली. दुकानदार चपापला. प्रवचनातून सनातनधर्म, आर्यभूमी आणि आर्यसंस्कृती यांची स्तुतिस्तोत्रे गाणारे पंत जपानी रेनकोट घेतात? अधिक मिळणारा फायदा बुडत असल्यामुळे असो अगर देशी मालावरल्या प्रेमामुळे असो, दुकानदार खिन्न स्वराने

उद्‌गारला, ‘जपानी माल आहे तो, शास्त्रीबुवा!’

“पण जपानी लोक आर्यवंशातलेच की!”

तीनचार रुपये वाचल्याच्या आनंदात पंत अगदी गढून गेले होते. आनंदाच्या वेळी मनुष्य वसुधैवकुटुंबक वृत्तीचा होतो. मग जपान व हिंदुस्थान तर काय? एकाच आशिया खंडातले देश!

असा आपला ऐतिहासिक आर्य रेनकोट आगगाडीतल्या बाकावर ठेवून जवळची जागाही पदरात पाडण्याच्या प्रयत्नात चंडीरामपंत होते. ईश्वरकृपेने त्यात त्यांना यशही मिळाले. इतक्यात प्लॅटफॉर्मवरून त्यांच्या कानावर ‘श् श्’ असा आवाज झाला. त्यांनी चटकन मान वळवून पाहिले. पंतांकडे बोट करून एक तरुण आपल्या समवयस्क सोबत्याला काहीतरी सांगत होता. प्रसिद्धीच्या शिडीची पहिली पायरी आपण चढलो अशी पंतांची पक्की खात्री झाली. हो, लोकांनी उंच केलेल्या हातांची बोटे आणि त्यांची डोकी यांच्यात असे काय अंतर असते? सनातनी चंडीरामपंतांनी क्षणात शेखमहंमदाला गुरू केले. बेळगावला प्रवचने झाली की आपणाला कोकणातून आमंत्रणे येतील! फणस-आंब्यांचे दिवस नसतानाही मुसळधार पावसात आपण कोकणात जाऊ! हो, आपला रेनकोट आहेच म्हणा आपल्याबरोबर! आपली ही धर्मनिष्ठा पाहून कुठला तरी एखादा शंकराचार्य आपल्याला ‘सनातनसंस्कृतिसंरक्षक’ अशी पदवी देईल. मग काय? युरोपची यात्रा! विवेकानंदांनी अमेरिकेत जसा हिंदुधर्माचा ध्वज फडकाविला त्याप्रमाणे आपणही–

काय योगायोग पाहा! पंडित चंडीराम दांडेकरांनी मनातल्या मनात ती प्रतिज्ञा उच्चारायला सुरुवात केली तोच मांजर आडवे गेले. मांजर म्हणजे तसे काही मांजर नव्हे; आणि आडवे म्हणजे अगदीच आडवे नव्हे. चंडीरामांनी आपल्या सनातन कल्पनाकोशात स्त्री म्हणजे मांजर असा अर्थ ठरवून ठेवला होता. आपल्या प्रवचनातून ते या नावीन्यपूर्ण उपमेचा विस्तारही करीत असत. मांजरे व स्त्रिया दोन्ही चुलीभोवतीच आढळतात; दोघांनाही ऊब आवडते! चतुष्पादांना अग्नीची व द्विपादांना पैशाची. दोन मांजरांचे काय अगर बायकांचे काय क्वचितच पटते. मांजर स्वस्थ बसले असताना ‘घुर्र, घुर्र’ असा आवाज करते. स्त्रियांचीही नेहमी अशीच कुरकूर चालते. मांजरांना कसेही टाका, ती आपल्या पायांवरच पडतात. स्त्रियांचेही तसेच आहे. मांजराला नऊ प्राण असतात असे इंग्रज म्हणतात. बायकांनाही ते असतात हे आमच्या सनातन धर्माला फार पूर्वीपासून ठाऊक आहे; नाही तर त्याने बायकांना मरेमरेतो मारण्याची परवानगी पतिदेवांना दिलीच नसती– इत्यादी इत्यादी...!

मात्र आता आडवे गेलेले मांजर काही साधे नव्हते! प्रवचनात त्या पोरीचा उल्लेख करायचा असता तर चंडीरामपंतांनी तिला इराणी मांजर म्हटले असते.

इराण आशिया खंडात असल्यामुळे त्यांची ही उपमा अस्सल आर्य ठरायला कोणताच प्रत्यवाय नव्हता.

पंतांच्या पलीकडचाच डबा दुसऱ्या वर्गाचा होता. हमाल व त्याच्यामागून आलेले एक म्हातारेबोवा त्या डब्यात सामान चढवू लागले. त्या दोघांच्यामध्ये उभ्या असलेल्या तरुणीने चटकन उजवा हात उचलून डोळ्यांवर आलेल्या केसांच्या बटा मागे केल्या. 'मार्जारमहाकाव्या'चे जनक या दृष्टीने पंतांना मांजरी पंजाने आपल्या मिश्या साफसूफ करते त्या गोष्टीची या वेळी आठवण व्हायला पाहिजे होती. पण पानांच्या रंगाचा पोषाख असलेला हमाल व दुसरीकडे प्रत्यक्ष पिकले पान असलेले म्हातारेबुवा दिसत असल्यामुळेच की काय त्यांना जो चरण स्फुरला तो शाकुंतलातला—

'मध्ये तपोधनानां किसलयमिव पांडुपत्राणाम्!'

पंत त्या 'किसलया'कडे म्हणा अगर मांजराकडे म्हणा, अनिमिष दृष्टीने पाहू लागले. त्यांचे एक मन म्हणाले, 'हे बरे नव्हे—ती परस्त्री आहे.' दुसऱ्याने सल्ला दिला, 'छे, ती कदाचित तुझी लांबची आते-मामे-मावस बहीण असेलही! जन्मात न पाहिलेली माणसं प्रवासात भेटतात. तसं नसतं तर जगातल्या निम्म्या कादंबऱ्यांची कथानकं अपूर्णच राहिली असती. समज, ही मुलगी तुझ्या नात्यातली आहे. मग तिच्याकडे तू पाठ करणं बरं दिसेल का?' दुसऱ्या मनाची ती कैफियत काही पहिल्या मनाला पटली नाही. दोन्ही मनांचे कडाक्याचे भांडण सुरू झाले. दोघांच्या भांडणात तिसऱ्याचा लाभ व्हायचा हे ठरलेलेच आहे. तो पंतांच्या डोळ्यांना झाला! ते कालिदासी किसलयही किंचित तिरपेच उभे होते. असले अर्धवट पाहणे पंतांना काही मनापासून पसंत नव्हते. पण करतात काय बिचारे? डब्यातून खाली उतरावे तर ती शकुंतला अजिबात पाठ फिरवून उभी राहायची! तेव्हा आहेच की जुने सुभाषित— "सर्वनाशे समुत्पन्ने अर्ध त्यजति पंडितः!"

थोड्याच वेळात पिकले पान कोवळ्या कळीसह सेकंडक्लासच्या डब्यात अदृश्य झाले. चंडीरामांना वाटले– लाकडातून आरपार पाहण्याचा शोध अजून कसा नाही निघाला? हळूहळू गाडीत माणसांची आणि आकाशात ढगांची गर्दी होऊ लागली. त्यांनी बाहेर पाहिले. पाऊस पडू लागला होता. कोंडाणा परत घ्यायच्या वेळी जिजाबाईंनी तानाजीकडे ज्या दृष्टीने पाहिले असेल, त्या नजरेने त्यांनी आपल्या रेनकोटाचे निरीक्षण केले. तो नवा असल्यामुळे पंतांच्या सोवळ्या नाकाला न सोसणारा थोडासा वास त्याला येत होता. पण त्यांनी पोक्त विचार केला. पावसामुळे घाटातला एखादा बोगदा थोडासा नादुरुस्त झाला आणि मधल्या एका स्टेशनावर चार दोन तास खोटी झाली, तर हा कोरा करकरीत कोट चढवूनच आपण त्या किसलयाच्या दृष्टीला पडू. आपण जुन्याचे अभिमानी असलो तरी अगदी गबाळग्रंथी

दिसणे काही बरे नाही.

रेनकोटाने जागा अडवून ठेवणाऱ्या चंडीरामपंतांना आपल्यापलीकडेच एक तान्हे मूल घेऊन उभी असलेली बाई जरी दिसली नाही तरी ते दूरदर्शी होते यात संशय नाही. घाटातल्या कुठल्याशा स्टेशनावर गाडी आली आणि पुढचा रस्ता तीन तास बंद आहे असे कळले. डब्यातल्या उतारूंनी पावसाला शिव्या द्यायला सुरुवात केली. पंतांना त्यांच्या अज्ञानाची कीव आली. प्रवचनाचा समय असता तर ते सिंहगर्जना करून म्हणाले असते, 'नादान नास्तिकांनो, ज्या वरुण देवतेची स्तोत्रे तुमच्या पूज्य पूर्वजांनी गायिली, तिची नाहक निंदा करणाऱ्या तुमच्या जिभा झडून जातील झडून!' पण डब्यातील धर्मभ्रष्ट लोकांचा राग त्यांना आतल्या आत गिळावा लागला. तो पचविण्याकरिताच की काय ते ताडकन जागेवरून उठले व रेनकोट चढवून बाहेर पडले. पावसाची बुरबूर चालू होतीच. पण प्रथमत:च अंगावर चढविलेल्या ह्या रेनकोटाच्या ऐटीत मुसळधार पावसालादेखील त्यांनी तोंड दिले असते. बाहेर पडताच त्यांची पावले सेकंड-क्लासच्या डब्याकडे वळली. एखाद्या मानसशास्त्रज्ञाने मघाच्या मुलीला पाहण्याकरिता ते तिकडे गेले असे तर्कट यावर रचले असते. पण त्यांच्या मनातला खरा हेतू निराळाच होता. त्या मुलीबरोबरच्या म्हातारेबोवांशी वेदांताची चर्चा करणे शक्य असले तर हा मधला कंटाळवाणा वेळ लवकर जाईल असे त्यांना वाटले.

आणि नास्तिकाचीसुद्धा तेहतीस कोटी देवांवर श्रद्धा बसावी असा अनुभव त्यांना आला. म्हातारेबुवा पिंक टाकण्याकरिता खिडकीतून बाहेर डोकावत होते. त्यांचे लक्ष पंतांकडे जाताच तो बोबड्या स्वराने म्हणाले, "या, या, चंडीलामपंत! अग कुसा, केवल्ह अलभ्य लाभ झाला हा!"

गाडी चालत नसताना तिसऱ्या वर्गाच्या उतारूने दुसऱ्या वर्गात बसणे हा काही गुन्हा होत नाही, असा सूक्ष्म धर्मविचार करून पंत डब्यात शिरले. म्हातारेबुवांना नमस्कार करून बसत बसत ते म्हणाले, "आपल्याला कुठं पाहिलेलं आठवत नाही मला."

"अहो आठवणार कुठून? राजाला सारे ओळखतात; पण राजा कुठं सगळ्यांना ओळखणार?"

पंतांच्या ओठांवर अभिमानाचे हसू आले. पण ते आले त्याच पावली परत पळाले. त्या 'किसलया'ने कूस मारले, "राजाचीच गोष्ट कशाला हवी, नाना? हुजऱ्याचं काम करणारा नट असला तरी देखील हाच अनुभव येतो."

पंतांनी भीत भीत त्या मुलीच्या चेहऱ्याकडे पाहिले. तो कुठे तरी पाहिला आहे असे त्यांना वाटू लागले. कुठे बरे?

कुसाचे आजोबा तोंड साफ करून म्हणाले, "पंत, माधवबागेतल्या तुमच्या प्रवचनांना अगदी नेमाने येत होतो मी. पण ही माझी नात—मुलीची मुलगी—या

शिक्षणानं बिघडवून टाकलंय पाहा सारं. देव नाही, धर्म नाही, नवरा नको की आजोबा नको! इतका आग्रह केला तुमच्या धार्मिक प्रवचनांना यायला; पण....''

''कशाला जायचं? स्त्री म्हणजे मांजरी हे ब्रह्मज्ञान ऐकायलाच ना?''

''पण पुरुषाचीही कुत्र्याशी तुलना करतोच की मी!'' आपली बाजू सावरण्याच्या उद्देशाने पंत म्हणाले.

''म्हणजे तुम्ही स्वत: कुत्रं आहात तर–''

''कुसा–पोरी–कारटे—''

पंतांनी न्यायाधीशाच्या स्वरात उत्तर दिले. ''हो, हो,! कुत्रा म्हणवून घेण्यात अभिमान वाटतो मला! सनातन धर्माचं संरक्षण करणारा इमानी कुत्राच आहे मी!''

''इमानी नाही—''

''कुत्रा इमानीच असतो!''

''पण तो पिसाळतोही पुष्कळदा–''

डब्यात वीज पडल्याचा भास झाला पंतांना! म्हातारेबुवा किंचाळले, ''कुसा! कुसा!—''

ती मुलगी दगडी पुतळ्याप्रमाणे स्तब्ध बसली.

''कुसा, क्षमा माग त्यांची. पड— पाया पड!''

पुतळ्याचे ओठ कधी हलतात का?

म्हातारे गृहस्थ थरथर कापू लागले; त्यांच्या डोळ्यांतून पाणी पाझरायला सुरुवात झाली. आता मात्र त्या मुलीला राहवेना. आपल्या आजोबांच्या खांद्यावर हळूच हात ठेवून ती म्हणाली, ''मागते हं क्षमा मी!'' लगेच पंतांकडे वळून किंचित कुर्र्याने ती उद्‌गारली, ''क्षमा करा मला.''

तिने नानांना त्यांच्या अंथरुणावर निजविले आणि पांघरूण घालून वत्सलतेने ती त्यांच्या अंगावरून हात फिरवू लागली. मघाची कालिका क्षणार्धात लक्ष्मी झाली. पंतांना तिच्याकडे पुन: पुन्हा पाहण्याचा मोह काही केल्या आवरेना. त्यांचे आर्यमन मधून मधून त्यांना नीतिशतकातल्या श्लोकाची आठवण करून देई. पण अनार्य मन शृंगारशतकाचे स्मरण करीत म्हणे, 'बुड्ढेबुवा, बस्स करा आपलं तत्त्वज्ञान!' दोन बायकांच्या दादल्याला त्यांचा समेट घडवून आणण्याची काहीतरी युक्ती हस्तगत करावी लागतेच. पंतांच्या तत्त्वज्ञानाच्या पोतडीतही तशा काही चिजा होत्या. त्यांनी विचार केला— हिच्याकडे पाहणे हे पाप आहे खरे! पण न पाहून पाप थोडेच नाहीसे होणार आहे! त्यापेक्षा समर्थ रामदास स्वामींनाच आपले गुरू करणे बरे नाही का? खिरीवर मन गेल्यावर ओकारी येईपर्यंत त्यांनी खीर खाल्ली! बस्स, तस्से अगदी वीट येईपर्यंत पाहात राहायचे या पोरीकडे!

नानांचा डोळा लागेपर्यंत कुसुम त्यांच्यापाशी बसली. परंतु एवढ्या वेळात

पंतांना काही तिच्याकडे पाहण्याचा वीट आला नाही. नाना स्वस्थ निजलेले पाहून ती पंतांच्या पुढे येऊन हलक्या स्वरात म्हणाली, "दोनदा अर्धांगवायूचा झटका येऊन गेलाय त्यांना, म्हणून!—"

ही रणरागिणी मघाशी आपल्याला शरण का आली ते आता पंतांना उमगले!

"फार दुबळं झालंय त्यांचं मन! मी लग्न करायला कबूल नाही, हे इतकं लावून घेतलंय त्यांनी मनाला—"

"खरंच आहे. आता आपला तुमचा पण असेल काहीतरी तर—"

"पणच आहे माझा! तीन भाऊ आणि तीन बहिणी अशी सहा भावंडं आहेत माझ्या पाठीवर! त्यांना पोसायचं जो कबूल करील—"

धनुष्यभंग अगर मत्स्यभेद यापेक्षा हा पण बराच बिकट आहे हे प्रामाणिकपणे कबूल करणे पंतांना प्राप्त होते. पण पुष्कळ गोष्टी खऱ्या असल्या तरी त्यांची कबुली देणे कठीण वाटते. नाही का? पंतांनी विषयच बदलला. ते म्हणाले, "तुम्हाला कुठं तरी पाहिल्यासारखं वाटतंय!"

"कुठं तरी का? कॉलेजातच की! तुम्ही सीनियरमध्ये असताना मी फर्स्ट इयरमध्ये होते." आपली कॉलेजभगिनी! पंत आनंदले व घाबरलेही!

कुसुम मिस्कीलपणाने हास्य करीत म्हणाली, "कॉलेजात असताना तुम्ही सुधारक मताचे होता की! हे वेड कधी लागलं तुम्हाला?"

पंतांना वाटले— उगीच नाही आपण स्त्रियांची निंदा करीत! काय म्हणे- धर्माभिमान म्हणजे वेड! ते तुच्छतेने हसले.

"सनातन धर्म म्हणजे काय हो, चंडीरामपंत? अस्पृश्यता, रोगराई, अज्ञान, उपासमार ही सारी सनातन धर्माचीच लक्षणं आहेत वाटतं?"

"हे समाजाचे दोष आहेत. सनातन धर्म म्हणजे शुद्ध दया! केवळ प्रेम! पूर्ण सहानुभूती!"

"नुसती तोंडी की— मघाशी तुमच्या डब्यात एक बाई तान्हं मूल घेऊन उभी होती ताटकळत! डब्यातल्या माणसांत औषधालासुद्धा सुधारक नसेल! पण त्या बाईला बसायला जागा करून दिली का कुणी?"

पंत सर्दच झाले! कल्याण स्टेशनवर कुसुमने त्यांच्या डब्याचे सहज निरीक्षण केले होते याचा त्यांना पत्ताच नव्हता. ते बाहेर पाहू लागले. डोक्यावर इरले घेऊन एक बाई जांभळाचे द्रोण विकीत होती. दुसरा एक मुलगा द्रोण घेऊन इकडे तिकडे उघडाबोडकाच धावत होता.

शत्रूने पाठ फिरवताच तोफखाना बंद करून भागत नाही, हे जाणण्याइतकी कुसुम चतुर होती.

"तुमच्या प्रवचनांना खूप गर्दी होते म्हणे!"

"त्यासाठीच बेळगावला जातोय मी!"

"काय सांगणार आहात तुम्ही प्रवचनांत?"

"आमचा सनातन धर्म किती श्रेष्ठ आहे—"

"तो कसा?"

पावसाची जोराची सर आली. जांभळे विकणारा मुलगा धावतच त्या बाईकडे आला आणि चटकन इरल्याखाली शिरला. ते दृश्य पाहताच पंत आनंदाने ओरडले, "असा आहे आमचा सनातन धर्म!"

कुसुमने उत्सुकतेने बाहेर पाहिले. पण सनातनधर्माचा मूर्तिमंत अवतार तिला कुठेच दिसेना! पंत त्या इरलेवाल्या बाईकडे बोट करून प्रवचनाच्या स्वरात ओरडले, "या इरल्यासारखा आहे आमचा सनातनधर्म! ते मूल काही त्या बाईचं नव्हे! पण इरलं डोक्यावर असल्यामुळं तिनं काही त्याला भिजू दिलं नाही. हाच तिच्या अंगावर रेनकोट असता तर–तर पोर पावसात भिजून न्यूमोनिया होऊन मेलं असतं ना! बस्स! आमचा सनातनधर्म म्हणजे इरलं आणि तुमची सुधारणा म्हणजे रेनकोट!"

कुसुमला हसू आवरेना. त्या हशाचा अर्थ कळण्याइतका चंडीरामांच्या मनावर चढलेला या नूतन कल्पनेचा कैफ अजून उतरला नव्हता. नानांनी हाक मारली, "कुसा—"

चंडीरामपंत दिग्विजयी वीराप्रमाणे त्या नव्या रेनकोटातून डुलत डुलतच आपल्या डब्याकडे गेले.

पंतांच्या डोळ्यावरली दिग्विजयाची धुंदी बेळगावच्या मुक्कामात वाढतच गेली. सनातनधर्म व आर्यसंस्कृती याविषयींचे त्यांचे नवे नवे सिद्धांत ऐकून श्रोते अगदी बेहद्द खूष होत. अलीकडेच बोकाळलेल्या तरुणतरुणींच्या प्रेमावर टीका करताना पहिल्या दिवशी पंत म्हणाले, "ब्रह्मचर्य—आजन्म ब्रह्मचर्य–हाच आमच्या आर्य-संस्कृतीचा आदर्श आहे. सध्या आपण गणपती व मारुती या दोन्ही दैवतांची पूजा करतो. पण अष्टनायिकांशी लाडीगोडी करीत बसणारा गणपती हे अनार्य दैवत आहे. अनार्य बापाचा अनार्य मुलगा आहे तो!" दुसरेच दिवशी माकडापासून मनुष्यप्राणी झाल्याचा डार्विनचा सिद्धांतही आपल्या पूर्वजांना ठाऊक होता हे सिद्ध करण्याकरिता त्यांनी मारुतीला वेठीला धरले. त्यांच्या नावात राम असल्यामुळेच की काय बिचाऱ्या मारुतीनेही या संशोधनाबद्दल काही तक्रार केली नाही.

दिग्विजयाला निघालेल्या राजपुत्राचा घोडा कुणीतरी मध्येच अडवावा त्याप्रमाणे चंडीरामपंतांच्या चौखूर उधळलेल्या धर्माभिमानाच्या वारूलाही मधून मधून कुणी अटकाव करी, नाही असे नाही. एकाने शंका काढली-शंकर हे जर अनार्य दैवत तर त्याचा अवतार असलेला मारुती आर्य कसा होईल? दुसरा दीडशहाणा निघाला– तो पंतांच्या कॉलेजातल्या आठवणीच सांगू लागला! हल्ली भस्म

फासणारे पंत त्या वेळी चेहऱ्याला किती पावडर लावीत, आज रुद्राक्षांच्या माळांनी अलंकृत झालेला त्यांचा कंठ त्या वेळी किती निरनिराळ्या रंगाच्या गळोट्यांनी भूषित होत असे, इत्यादी गोष्टी त्याच्या बोलण्यातून बाहेर पडल्या. पण 'कॉस्मापॉलिटन'सारखे जाडे जाडे इंग्रजी शब्द, हेगेल-रसेलसारखी पाश्चात्त्य नावे, ज्यांचा अर्थ श्रोत्यांपैकी एकालाही कळणे शक्य नाही अशा वैदिक मंत्रांचे पाठांतर, असल्या चंडीरामबाणांपुढे त्या बिचाऱ्यांचा निभाव लागला नाही यात नवल ते कसले?

'कुसा'चे आजोबा नित्यनियमाने पंतांच्या प्रवचनांना येत. एक परकरी मुलगी त्यांचा हात धरून त्यांना घेऊन येई. ओकारी येण्याइतकी खीर पिण्याचे तत्त्व पंतांनी पूर्वीच अंमलात आणले असल्यामुळे की काय या मुलीकडे ते ढुंकूनही पाहात नसत! मात्र एकदा प्रवचनानंतर आजोबा त्यांच्याशी गप्पागोष्टी करायला आले तेव्हा त्यांनी हळूच कुसाताईची गोष्ट त्यांच्यापाशी काढली. कोकणात तिचा चुलता आजारी आहे तिकडे ती गेल्याचे पंतांना कळले. पंतांना आगगाडीतल्या योगायोगाची आठवण झाली. त्यांना कोकणातून प्रवचनाचे निमंत्रण आलेच होते. आगगाडीत जशी तिची गाठ पडली तशी कोकणातही पडणार नाही कशावरून, असा विचार त्यांच्या मनात आला. त्याच क्षणी म्हातारेबुवांनी प्रश्न केला, 'तुमचं लग्न झालंय का पंत?' त्या रात्री परब्रह्माला खेळविणाऱ्या मायेचा विचार करण्याऐवजी पंत कुसुमच्या चिंतनातच दंग झाले. ते इतके की, दुसरे दिवशीच्या प्रवचनात सनातनधर्म म्हणजे इरले व सुधारणा म्हणजे रेनकोट हा आपला नवा सिद्धांत सांगायची आठवणदेखील त्यांना झाली नाही.

कोकणात दोनतीन शहरी पंतांची प्रवचने चांगलीच गाजली. मुसळधार पावसात रेनकोट अंगावर घालून प्रवचनाला जाणाऱ्या व सुधारकांना शिव्या देता देता आपल्या भस्मचर्चित कपाळाला हात लावून 'काय हे देशाचं दुर्दैव!' असे उद्‌गार काढणाऱ्या या बी.ए. सनातन्याविषयी सर्वत्र चर्चा सुरू झाली. चंडीरामपंतांची विद्वत्ता, वक्तृत्व, धर्माभिमान इत्यादिकांबरोबर त्यांच्या त्यागाची स्तुतीही कर्णोपकर्णी ऐकू येऊ लागली.

बिचाऱ्या श्रोत्यांचा तरी काय दोष? पंत सनातनधर्माचे पुरस्कार करणारे प्रवचनकार का झाले ही अंदरकी बात एक चंडीराम जाणे अशीच वस्तुस्थिती होती. नाही म्हणायला बी.ए. झाल्यानंतर त्यांनी केलेल्या नोकरीच्या अर्जांना नकार देणाऱ्या लोकांचे एक चौकशीमंडळ नेमून त्यांच्यापुढे सनातनधर्माच्या स्तुतिस्तोत्रांवर उत्तम चरितार्थ चालविणाऱ्या सुशिक्षित लोकांच्या साक्षी घेतल्या असत्या तर पंतांच्या त्यागावर बराच प्रकाश पडला असता!

दोन तीन शहरे होताच पंतांना सावंतवाडीजवळच्या एका गावचे आमंत्रण

आले. अर्धे शहर, अर्धे खेडे असेच होते ते! पण पंतांना त्याच्या लोकवस्तीशी काय करायचे होते? आपल्या पाकिटातील रकमेसह लोकांची धर्मश्रद्धा वाढवायची हे तर त्यांचे ध्येय होते.

त्या गावातल्या देवळात प्रवचने सुरू झाली. ती ऐकायला गर्दी किती व्हावी? एखाद्या संस्थानिकाची वरात पाहायला जणूकाही लोक लोटत होते. तीन दिवस छान गेले. चौथे दिवशी तर पंतांची कळी पूर्णपणे उमलली. 'कुसा'च्या आजोबांचे सावंतवाडीच्या पत्त्यावर आलेलं पत्र त्यांना आज मिळाले होते—'चि. कुसा तिकडे जवळच आहे. तुमचे गोत्र जमते. पत्रिका जमतीलच. मुलगी आपण पाहिलीच आहे. ती लग्न करणार नाही म्हणते. पण ब्रह्मचर्याप्रमाणे लग्नावर एक प्रवचन देऊन तोही सनातनधर्म आहे हे आपणच तिच्या गळी उतरवू शकाल. तरी मी तिकडे केव्हा यावे हे कळवावे.' कापऱ्या अक्षरांतला हा मजकूर वाचून किती तरी वेळ पंतांचे हृदयही मधुर कंपाचा अनुभव घेत होते. त्यांनी आजोबांना सावंतवाडीला येण्याबद्दल उलट टपालाने पत्रही पाठविले.

आनंदाच्या या भरतीबरोबर त्यांची वक्तृत्वनौकाही त्या दिवशी डुलू लागली. सनातनधर्माचे मोठेपण सिद्ध करण्याकरिता पंत भराभर पाठ केलेले दाखले देऊ लागले. इरले व ओव्हरकोट त्यांच्यापुढे मूर्तिमंत उभी राहिली. पंतांनी गर्जना केली. "आमचा सनातनधर्म इरल्यासारखा आहे. इरले डोक्यावर घेणारा स्वत: तर भिजत नाहीच, पण प्रसंगी दुसऱ्या मनुष्याचेही तो रक्षण करतो. सुधारकांना हवा असलेला धर्म म्हणजे नुसता रेनकोट आहे रेनकोट! दिसायला ठाकठीक पण दुसऱ्याला त्याचा काय उपयोग?"

पंतांनी आपल्या नेहमीच्या पद्धतीप्रमाणे इरले व रेनकोट यांच्या तुलनेवर दहापंधरा मिनिटे बंबाळ भाषण केले. इतक्यात श्रोत्यांतून एक चिठ्ठी आली—

"सनातनधर्माची श्रेष्ठता सांगणारांनी रेनकोट का वापरावा? त्यांनी इरलंच वापरणं योग्य!"

कुसाच्या आजोबांच्या पत्रानं पंत सकाळपासून बेभान झाले होते. त्यात इरले वापरल्यापासून मिळणाऱ्या भयंकर प्रसिद्धीची भर पडणार ही कल्पना येताच त्यांच्या अंगावर सात्त्विक रोमांच उभे राहिले. महात्मा गांधींनी पंचा परिधान केल्याचा तो दिव्य दिवस! त्यामुळे झालेला त्यांचा बोलबाला! सनातन धर्माचे भावी इतिहासकार आपल्या या दिव्य कृत्याचे वर्णन सुवर्णाक्षरांनी करतील. विजयोन्मादाने चंडीरामपंत बोलते झाले, "श्रोत्यांतून निनावी चिठ्ठी आली आहे. नाव घालायला इतकं का भ्यावं माणसानं? आर्य लोक भ्याड नसतात! कुणीतरी पुरुषानं स्त्रीसारखं अक्षर काढून ही चिठ्ठी पाठविलेली दिसते. आजकाल हिंदुस्थानातल्या पुरुषांनी कांकणं भरलेली दिसतात. हर हर! आर्यभूमीत पूर्वी सोन्याचा धूर निघत असे,

तिच्यात बांगड्यांकरिता पेटविलेल्या काचेच्या भट्टीचा धूर तेवढा दिसावा?''

श्रोते चिठ्ठीत काय आहे हे जाणण्याला अगदी अधीर झालेले पाहून पंतांनी आपल्या उपव्याख्यानाचा समारोप केला—

''सनातनधर्म इरल्यासारखा आहे तर तुम्ही इरलंच का वापरत नाही असे या चिठ्ठीत विचारले आहे. 'गर्दभादपि सुभाषितं ग्राह्यं' या बाण्याचे आम्ही आहोत. ठीक आहे. आमची हीच प्रतिज्ञा—आम्ही उद्यापासून रेनकोट वापरणार नाही, इरलेच वापरू. सनातन धर्माचा विजय असो!''

या प्रतिज्ञेनंतर झालेला टाळ्यांचा प्रचंड कडकडाट त्या रात्री झोपेतसुद्धा पंतांच्या कानात इतका घुमत होता की, त्यांच्या मनाची कुरकूर त्यांना कितीतरी वेळ ऐकूच येईना. पण पहिली झोप पुरी होऊन ते कुशीवर वळले तेव्हा एकदम त्यांच्या मनात आले— आज इरले डोक्यावर घेऊन मैल दीड मैल देवळापर्यंत जायचे! खंडाळ्याच्या घाटातील जांभळे विकणाऱ्या कातकरी बाईला इरले शोभून दिसत असेल! पण आपण बी.ए.! उदयोन्मुख धर्मनिष्ठ प्रवचनकार! त्यातून तरुण! डोक्यावर ते वेडेवाकडे शिपतर घेऊन जायचे! सारे लोक हसतील की? पण आता माघार कशी घ्यायची? वरुणदेवतेला आपली दया आली तर चांगले ऊन पडेल. पण आभाळ भरून आले तर त्याच्याबरोबरच आपलीही शंभर वर्षे भरायची! ताप आल्याचे सोंग एखादा दिवस करता येईल. पण केव्हातरी शेवटचे प्रवचन देऊन बिदागी गोळा केलीच पाहिजे. शिवाय कुसुमच्या आजोबांना सावंतवाडीला लवकरच येण्याविषयी आपण पत्रही पाठवले आहे! शेवटी चौदा वर्षे वनात जाणारा राम, आजन्म ब्रह्मचारी राहणारा भीष्म, बोहोल्यावरून सूंबाल्या करणारा रामदास, आणि आग्र्याहून मिठाईच्या पेटाऱ्यातून पळणारा शिवाजी या सर्वांचे स्मरण करून पंतांनी आपला निश्चय केला. पण या निश्चयाचे फळ जी झोप ती मात्र काही केल्या येईना. सारी पहाट त्यांनी जागूनच काढली. मध्ये क्षणभर डोळा लागला तो स्वप्नात एक इरले दिसले. हळूहळू ते मोठे होऊ लागले, आणि शेवटी तर त्याने आकाशाचेच रूप धारण केले. सनातन धर्माच्या व्यापकपणाचा हा दृष्टान्त पाहून वास्तविक पंतांची झोपमोड व्हायला नको होती, पण ती झाली खरी!

त्या दिवशी प्रवचनापर्यंतचा वेळ पंतांनी कसा घालविला ते त्यांचे त्यांना ठाऊक! प्रवचनाचा तो शेवटचा दिवस त्यांना फाशीच्या दिवसासारखाच भासला. 'यज्ञाद्‌भवति पर्जन्यः' हे वचन आणि सध्याचा यज्ञयागाचा अभाव आठवून त्यांना आज पाऊस पडणार नाही अशी आशा वाटू लागली. पण रात्री पडलेल्या पावसाच्या पाण्याने जागजागी भरलेले खळगे पाहून ती लवकरच लयाला गेली. उत्साही गावकऱ्यांपैकी कुणीतरी सकाळीच त्यांच्या दारात एक भले मोठे इरलेही आणून

ठेवले होते. नेहमीच्या वेळेच्या आधीच पंतांनी बरोबरच्या दोनतीन लोकांना देवळाकडे पिटाळून लावले. हो, मान दाखवावा जनात हे तत्त्वही सनातनच आहे, नाही का?

ऐनवेळेला वरुणदेवतेने दगा दिलाच! नाइलाजाने पंतांनी इरल्याच्या रूपाने सनातन धर्माला मस्तकी धारण केले. पहिली एक दोन मिनिटे बरेच कठीण वाटले त्यांना! पण ते एकटेच होते. एकट्या मनुष्याची हत्तीवर मिरवणूक काढली काय अगर गाढवावरून धिंड निघाली काय, त्याला कसला आला आहे त्याचा विधिनिषेध? त्यातून पावसाच्या सरीवर सरी येत होत्या. अशा वेळी रस्त्याने जाणारी माणसे स्वत:कडे लक्ष देतील का शेजारून जाणाऱ्या इरल्याच्या आतला चेहरा बघतील?

पाच मिनिटांचा प्रवास झाला. पुढून कुणीतरी मनुष्य भिजत येत असलेला पंतांना दिसला. इरले, सनातनधर्म, दुसऱ्या मनुष्याचे रक्षण, आपल्या प्रवचनातले अक्षर न अक्षर पंतांना आठवले. पण अरे बापरे! नुसते मनुष्य नव्हते ते! बाई! काय करणार बिचारे पंत! ती समोरून येत होती. तिला इष्ट स्थळी पोचविण्यासाठी प्रवचनाची वेळ तर चुकवायची नाही? इरले किंचित खाली ओढून ते झपाट्याने चालू लागले.

पण मनुष्याला ससा मानले तर दैव हा शिकारी कुत्रा आहे. ती बाई बाजूने जाईल अशी पंतांची कल्पना. पण तिच्या अंगात कुठले वारे संचारले होते कोणाला ठाऊक? ती पंतांशी टक्कर मारायला आली. इरले किलकिले करून पंतांनी तिच्याकडे पाहिले मात्र–त्यांना तेहतीस कोटी देवांची आठवण एकदम झाली! कुसुम! पावसाने ओली चिंब झालेली कुसुम त्यांच्याकडे पाहात आणि हसत उभी होती. पंतांनी इरले तिथेच टाकले आणि ते देवळाकडे धावतच सुटले.

त्या आठवड्यातील सनातनी वर्तमानपत्रात पंतांच्या पलायनाची बातमी आली. पण ती अशी—

"पावसाने ओल्याचिंब झालेल्या दोन तीन बाया पाहून चंडीरामपंतांनी आपले इरले त्यांना दिले व ते भिजतच देवळाकडे गेले. सनातन धर्माचे मुख्य तत्त्व जे त्याग त्याचे ते किती कसोशीने पालन करीत आहेत हे यावरून दिसून येईल. पंचा नेसणाऱ्या गांधींचे गोडवे गाणारी सुधारक वर्तमानपत्रे इरले घेणाऱ्या व ते प्रसंगी दुसऱ्यांना देणाऱ्या पंतांच्या थोरपणाचे कौतुक करतील ही आशाच करायला नको!"

आणि झालेही तसेच! एका सुधारक वृत्तपत्रात ही बातमी पुढील शब्दांत छापली गेली— "इरलेधारी चंडीरामपंत वाटेतच इरले टाकून देवळापर्यंत पळत गेले. त्यांना वाटेत बहुधा वाघ भेटला असावा! वाघ नसला तरी वाघाची मावशी तरी असेल! (चंडीरामांचा सनातनकोश पाहा-स्त्री=मांजरी.)"

(१९३४)

■

दोन गुलाम

त्या दिवसाची आठवण झाली म्हणजे माझ्या मनात एक विलक्षण कल्पना चमकून जाते. सूर्याचा प्रकाश पृथ्वीवर एकाच वेळी सर्वत्र पडणे कधीतरी शक्य आहे का? सत्याचेही तसेच आहे. अर्धी पृथ्वी नेहमी अंधारातच असायची हा जसा निसर्गाचा नियम, तशी सत्य भासणारी कुठलीही गोष्ट अर्ध-सत्य ठरायची असा मानवी जीवनाचा संकेतच असावा!

कॉलेजातील मुले फार वात्रट नि लोचट असतात, पांचटपणाने बोलतात, मुलींच्या नावावर भलत्यासलत्या कोट्या करतात—एक ना दोन, किती तरी गोष्टी मी घरीदारी ऐकत आले होते. त्या सर्वस्वी खोट्या होत्या असे नाही. पण मुले वात्रट असतात आणि मुली तशा नसतात असे थोडेच आहे! ज्या गावच्या बोरी त्याच गावच्या बाभळी. मुले अस्मानाकडे पाहत कुचेष्टेत दंग होतात आणि मुली जमिनीकडे बघत ती करतात, म्हणून काय दोघांत जमीनअस्मानाचे अंतर असते असे म्हणायचे? काही गोष्टींचा पुरुषांना परवाना मिळालेला असतो म्हणून त्यांच्या वर्तनात अतिरेक दिसतो एवढेच. पण समाजाच्या परवान्यावर मानवी हृदयाचे नृत्य कधीतरी अवलंबून असते का? माळीदादाची इच्छा नसली म्हणून बागेतली फुले फुलायची थोडीच थांबतात! वाऱ्यावरून आलेली वसंताची शीळ कानी पडली, की बागेतली फुले लगेच हसतनाचत आपले संमेलन भरवतात.

वसंताची शीळ! कॉलेजच्या आवारातल्या साऱ्या गोड लकेरी म्हणजे त्या शीळेचेच मधुर प्रतिध्वनी नव्हेत का? फुलपाखरांप्रमाणे भावी आयुष्याविषयीच्या गोड आशा मनात भिरभरत आहेत, दुरून ऐकू येणाऱ्या कोकिळेच्या सादाप्रमाणे प्रीतीची अर्धस्फुट मोहक हाक कानात रेंगाळत आहे, आनंदाने सारे जग फुलत आहे आणि थट्टामस्करीला नुसता ऊत आला आहे, असे ते दिवस आठवले–

मुली काही कमी वात्रट नसतात असे मी म्हटले ते या थट्टामस्करीवरूनच.

आम्ही मैत्रिणीमैत्रिणी जमलो आणि एखादीची प्रेमावरून थट्टा सुरू झाली म्हणजे त्या बिचारीला जीव अगदी नकोसा होई. मला वाटते, मनुष्यात शिकारीची उपजत हौस आहे. सध्याच्या सुधारलेल्या काळात रक्तपात करून ती भागविणे काही शक्य होत नाही. म्हणून रक्तपाताची तहान मनुष्य अश्रुपातावर भागवून घेतो झाले.

माझ्या मैत्रिणींचे आवडते सावज म्हणजे मी! कुणा मुलाचे नि माझे विशेष रहस्य होते अगर माझी काही प्रेमपत्रे कुणाला सापडली होती, असे मुळीच नाही. पण माझी स्वच्छतेची आवड म्हणजे त्यांच्या दृष्टीने वेडच होते मोठे. 'आवड वेडीच असायची' म्हणून मी त्यांच्याशी वितंडवाद करू लागले म्हणजे तर त्यांच्या जिभा अधिकच सैल सुटत. तत्त्वज्ञान हा ऐच्छिक विषय घेतलेल्या पण दर चार तासांनी नवे पातळ नेसल्याशिवाय चैन न पडणाऱ्या एक गार्गीबाई म्हणत, 'जग हे काही वेड्यांचं इस्पितळ नाही हं, पुष्पाबाई! कुठल्याही गोष्टीला मर्यादा हवी! स्वच्छता झाली म्हणून काय झालं?'

तर्कशास्त्रात पहिला नंबर मिळविलेली पण एका संस्थानचा युवराज आपल्यावर खूष आहे या मनोराज्यात दंग असणारी दुसरी पंडिता म्हणे, 'सिगारेटचा वाससुद्धा सहन होत नाही हिला आणि उद्या नवरा जर दारूबाज निघाला तर– कपाळाला इतक्या काही आठ्या चढवावयाला नकोत, पुष्पाबाई! हल्ली सर्रास बीअर पितात हं लोक!'

आणि मग बऱ्यावाईट कोट्यांचा विलक्षण मारा सुरू होई माझ्यावर! 'नवरा नीटनेटका दिसावा म्हणून त्यालासुद्धा इस्त्री केल्याशिवाय राहायची नाही ही. बिचारा भाजून निघेल नि एके दिवशी पळून जाईल!' 'नवरा लोळणारा असला तर पलंगाला त्याचे हात पाय बांधून घालील हं ही!' 'चांगला आठ आठ दिवस दाढी न करणारा पतिदेव मिळायला हवा हिला!' 'नवरा कवी असला नि नवीन कल्पना सुचण्याकरिता तो डोकं खाजवू लागला तरीसुद्धा ही त्याचं डोकं धुऊन त्याला झंबक लावल्याशिवाय राहायची नाही!' 'नवरोपंतांना चुंबनसुद्धा सांभाळूनच घ्यावं लागेल. थोडी लाळबीळ लागली, तर लगेच काडीमोडच करील ही!'

असल्या कोट्या सांगाव्या तितक्या थोड्याच होतील. उपदेश आणि थट्टा ही दुसऱ्याकरिताच जन्माला येत असतात नाही! आणि थट्टेचं झाड तरी किती विचित्र आहे! त्याचे काटे माणसांच्या जायच्यायायच्या वाटेवर पडतात आणि फुले मात्र जागच्याजागीच कोमेजून जातात!

माझी थट्टा अगदी अकारण होई असे मात्र मी म्हणत नाही. एखादेवेळी स्वच्छतेविषयीच्या स्वतःच्या हव्यासाचा मलासुद्धा राग येई. मला पक्के आठवते, कुणातरी बड्या गृहस्थांच्या घरी चहाला गेलो होतो आम्ही. मी कुणाशी तरी बोलत होते, इतक्यात शेजारी बसलेल्या मुलीचा धक्का लागून पेल्यातला थोडा चहा माझ्या पातळावर पडला. झाले! संभाषणावरून माझे लक्ष उडाले आणि डागाकडे

लागले. चहाचा तो डाग धुण्याकरिता एकदम उठून जावे असेसुद्धा मनात आले माझ्या. पण मंडळी हसतील या भीतीने मी जागेवरच चुळबूळ करीत राहिले. माझा तो अस्वस्थपणा किती विचित्र होता! आनंदात असलेल्या मनुष्याच्या हातात एकदम वाईट बातमीची तार पडावी तशी झाली होती माझी स्थिती.

चिक्कूपणामुळे मी अशी वागत होते असे मुळीच नाही. त्याच दिवशी तेच पातळ एखाद्या गरीब बाईला मी देऊन टाकले असते. पण त्याच्यावर पडलेला तो डाग मात्र एखाद्या शल्याप्रमाणे माझ्या मनात सलू लागला, यात संशय नाही.

ही एकच गोष्ट कशाला हवी? पेपरात प्रश्नांचे चुकीचे उत्तर लिहिल्याचे मला फारसे वाईट वाटत नसे. पण बोटे दुखू लागल्यामुळे शेवटी जे कुत्र्यामांजराच्या पायांसारखे अक्षर येई, ते मात्र मनात डाचत राही. लहान मुलांची मला केवढी आवड! पण एका हट्टी मुलाने मुद्दाम आपले नाक माझ्या हाताला पुसले, तेव्हा मला कळायच्या आतच माझ्या हाताने त्याला एक चापट दिली. केर काढताना मोलकरणीने इकडली वस्तू तिकडे केली तरी माझ्या तळपायाची आग मस्तकाला जाई.

माझा हा स्वभाव अगदी लहानपणीच दिसू लागला असे आईच्या सांगण्यावरून दिसे. जेवताना जर आमटीचा एखादा थेंब मांडीवर पडला, तर दोन वर्षांची मी रडून भोकाड पसरी. न्हाणीघरात जाऊन तो थेंब धुतल्याखेरीज पुढचा घास तोंडात घ्यायला तयारच होत नसे. मी स्वतःच्या हाताने जेवू लागल्यावर तर दर घासामागे हात धुण्याचा हट्ट धरून बसे म्हणे! लहानपणी शाळेतून परत येताना अंगावर खूप धूळ उडे. इतर मुले घरी आल्यावर खायची घाई करीत असतील. मी मात्र आईला आंघोळ घाल म्हणून अगदी पुरेपुरे करून सोडी.

माझा हा स्वभाव बाबा आणि आई यांच्या सहवासात वाढत गेला हे स्वाभाविकच होते. बाबा जिथे जिथे मामलेदार म्हणून जात तिथे तिथे त्यांच्या कचेरीला जाण्यायेण्याच्या वेळांवरून लोक आपली घड्याळे लावीत असत. आईची गोष्टही तशीच! संक्रांतीचे हळदीकुंकू असले तरी सुवासिनींना वाण म्हणून द्यायच्या वस्तू एका थाटाच्या, एका घाटाच्या असल्याच पाहिजेत असा तिचा विलक्षण कटाक्ष असे. अंगात एकशेदोन ताप असला तरी आंघोळ केल्याशिवाय बरेच वाटत नसे तिला!

मी जसजशी मोठी होऊ लागले, तसतशी या स्वभावाची माझी मलाच भीती वाटू लागली. माझ्या मनात येई, मनुष्याला सुख मिळू नये अशी देवाचीच इच्छा आहे की काय कुणास ठाऊक! आईबापांच्या मायेच्या सावलीत, बहीणभावांच्या प्रेमाचा गार वारा मिळत असल्यामुळे जगाच्या उन्हाची झळ मला लागण्याचा संभवच नव्हता. पण बाहेरील उन्हाची झळ लागली नाही, तरी आपल्या स्वभावातले निखारे चटके दिल्याशिवाय थोडेच राहतात! मनुष्याला जगात जरी शत्रू नसले तरी तोच स्वतःचा शत्रू होतो.

मी बी.ए. झाले आणि माझ्या लग्नाच्या गोष्टी सुरू झाल्या, तेव्हा तर हे विचित्र विचार माझ्या मनात अधिकच बळावले. यौवनाच्या उंबरठ्यावर उभे राहून भावी जीवनाची सुखस्वप्ने पाहण्यात केवढा आनंद असतो! तो आनंद पृथ्वीवरील खड्याकाट्यांवर जाईजुईच्या पायघड्या पसरतो, गंधर्वसृष्टीत नेणारे एक चिमुकले विमान कुठून तरी आणतो आणि त्या विमानावर आकाशातल्या चांदण्यांची अखंड पुष्पवृष्टी करीत राहतो. पण कुशल गायकाच्या गाण्यात एकदम एखादा बेसूर यावा तसा त्या आनंदातही माझ्या मनात एक विचार येई. आपल्या भावी पतीचा स्वभाव कसा असेल? पुष्कळ पुरुष म्हणे दुष्ट असतात, व्यसनी असतात. आपल्या वाट्याला काय येणार आहे? लग्न हा एक प्रकारचा जुगारच नाही का? हा जुगार खेळण्यापेक्षा लग्न न करता काहीतरी चांगले काम जन्मभर करीत बसणेच बरे नाही का?

पण मनुष्याचे रक्तच जुगारी आहे. बाबांनी डॉ. प्रभाकरांना घरी आणले आणि मी त्यांना पाहिले तेव्हा या जुगारी रक्ताचा कैफ माझ्या डोळ्यांवर चांगलाच चढला. प्रभाकर आमच्याकडे एकच दिवस होते. ज्याचा धंदा चांगला आहे अशा हुषार डॉक्टरला बायको पाहायला अधिक फुरसत कुठून मिळणार? पण त्या एका दिवसात माझी स्थिती किती विलक्षण झाली! प्रवासात आपला बाळपणाचा एखादा मित्र भेटावा आणि मग त्याच्याशी बोलताबोलता प्रवास करणाऱ्या इतरांना विसरून जावे तसे झाले माझे! प्रभाकरांच्या डोळ्यांतील निर्मळपणा, हास्यातील माधुरी आणि त्यांची टापटीप यांनी जणू काही मला मंत्रमुग्ध केले. त्या दिवशी आईशीसुद्धा मी फारशी बोलले नाही. प्रभाकर निघून गेल्यावर मायेने माझ्या तोंडावरून हात फिरवत ती म्हणाली, 'आजच इतकी विसरलीस मला! मग उद्या लग्न झाल्यावर—'

लग्न झाल्यानंतरची चित्रेच त्या रात्री मी एकसारखी पाहत होते. जणू काही वाऱ्यावरून मी नाचत होते आणि फुलांचा मंद गंध माझ्याभोवती दरवळत होता. प्रभाकर मोठे डॉक्टर होते, चांगले देखणे होते, या गोष्टींपेक्षा दुसऱ्याच एका गोष्टीचा अधिक आनंद झाला होता मला. ती म्हणजे प्रभाकर अगदी गरिबीतून एवढ्या मोठ्या पदाला चढले होते. असलीच माणसे निर्व्यसनी असतात. व्यसनाचे चोचले पुरवायला पैसा आणि वेळ मिळतच नाही गरिबांना! प्रभाकर किती निर्व्यसनी होते हे चार घटकांतच नाही का दिसून आले? बाबांनी सिगारेटची पेटी पुढे केल्यावर हसून नमस्कार करीत ते उत्तरले, 'थँक्स!' त्यांनी त्या पेटीला स्पर्शसुद्धा केला नाही.

हे पाहून माझ्या हृदयावरची केवढी मोठी धोंड उतरली. लग्नाविषयीच्या भीतीची जागा हां हां म्हणता उत्सुकतेने घेतली.

प्रभाकरांच्या संसाराची स्वामिनी होऊन मी मुंबईला राहायला आले. त्या दिवसाचा क्षण नि क्षण अजून माझ्या डोळ्यांपुढे उभा राहतो. सकाळी आठला ते दवाखान्यात गेले आणि दुपारी एक वाजता परत आले. पण तोपर्यंत त्यांच्या खोलीचे स्वरूप मी इतके बदलून टाकले होते, की ते खोलीच्या दारात येताच आश्चर्याने थबकून उभेच राहिले.

"या ना आत!" टेबलावरला त्यांचा फोटो सकाळी पुसला होता तरी तो पुन्हा पुसत मी म्हटले!

"मला वाटलं, दुसऱ्याच्याच घरात चुकून शिरलोय मी! पार बदलून गेली की ही खोली!"

"खोली बदलली तरी माणसं बदलत नाहीत ना?"

ते आत आले आणि माझा आनंदाने कंप पावणारा हात हातात घेऊन म्हणाले, "पुष्पा, जग बदललं तरी आपली माणसं कध्धी कध्धी बदलू नयेत! नाही?"

आनंदाने मनुष्याच्या विनोदाला बहर येत असावा! ते लगेच पुढे म्हणाले, 'आणि माणसांत बदल व्हायचाच असला तर तो या खोलीसारखा तरी व्हावा. म्हणजे माणसानं बदलून अधिक सुंदर व्हावं!"

'मलाच सूचना आहे वाटतं ही?' असे विचारायचे अगदी जिभेवर आले होते माझ्या! पण ओठांच्या अलीकडे असलेले शब्द त्यांच्यापलीकडे घालवणे बायकांना किती कठीण जाते हे त्या वेळी मला कळून चुकले. स्वारी आता कपडे काढील म्हणून मी थोडा वेळ गप्प बसले. पण तो काही रंग दिसेना. तेव्हा मीच म्हटले, "जेवायचंय म्हटलं अजून!"

"अरे हो! विसरलोच होतो की मी!"

"एखादी केस डोक्यात घोळत असेल!"

"केस कशाला हवी? इतक्या सुंदर रीतीनं सजवलेली ही खोली पाहून तर माझी तहानभूकच हरपली. पुष्पा, माझ्या आयुष्यातलं एक मोठं भय नाहीसं झालं!"

"मोठ्या मोठ्या शस्त्रक्रिया करणारे डॉक्टरसुद्धा बायकांच्यासारखे भित्रेच असतात का?"

"ते बायकांहूनही अधिक भित्रे असतात!"

मी नुसती हसले.

ते पुढे म्हणाले, "जखमेत धुळीचा एक कण गेला तर केवढा अनर्थ होतो याची पूर्ण कल्पना असते असल्या डॉक्टरांना! कितीतरी दिवस लग्नच करू नये असं वाटत होतं मला. मनात येई, आपल्याइतकी स्वच्छतेची आणि टापटिपीची आवड आपल्या बायकोला असली तर बरं! नाहीतर—" डोळे भरून खोलीच्या सजावटीकडे पाहत ते म्हणाले, "पण जगात देव आहे आणि तो उदारही आहे.

आंधळा मागतो एक डोळा तर देव देतो दोन!''

बोलण्यात त्यांच्यावर मात करण्याची संधी मी शोधतच होते. सुचले ते मी लगेच बोलून गेले.

''पण दोन डोळे बरे नाहीत!''

''का?''

''एका डोळ्याला जे दिसत नाही, ते दुसऱ्याला दिसतं!''

''एवढंच ना? ज्याला काही लपवायचं असेल, त्याला या दुसऱ्या डोळ्याचं भय वाटेल! मला नाही.''

त्यांच्या या आत्मविश्वासाच्या उद्गारांनी माझे मन कसे फुलून गेले. माझ्यापासून लपवून ठेवण्यासारखी एकही गोष्ट त्यांच्या आयुष्यात घडलेली नाही! किती तरुणींच्या वाट्याला हे भाग्य येत असेल?

जेवून ते परत दवाखान्यात जायला निघाले. जाता जाता ते म्हणाले, ''परत यायला उशीर होईल हं मला!''

माझ्या मनाची छाया मुद्रेवर पडली असावी! ते चटकन उद्गारले, ''अशी काय करतेस लहान मुलीसारखी? होता होईल तो लवकर येईन मी!''

मी लहान मुलीसारखे काहीतरी करीत होते? छे!

तिन्हीसांजा झाल्याबरोबर माझे हृदय गोड हुरहुरीने भरून गेले. आता प्रभाकर येतील, मग आपण दोघे एकमेकांशी खूप खूप बोलत बसू. हो, पण बोलायला विषय तरी काय आहेत आपल्यापाशी?— छे! एकमेकांवर प्रेम करणाऱ्या माणसांचा वेळ संपतो; पण विषय काही संपत नाहीत. राम आणि सीता अरण्यात उजाडेपर्यंत बोलत नसत का? ती दोघे वेदांताची चर्चा करीत असत असे थोडेच आहे!

रात्र मोठी विलक्षण जादुगारीण आहे. ती आकाशातल्या नक्षत्रांबरोबर मनातल्या कोमल भावनाही फुलवते. प्रभाकर आता येतील, मग येतील, म्हणून क्षणाक्षणाला मी उत्कंठित होत होते. कुठे मोटारीचा आवाज झाला की खिडकीतून बाहेर बघण्याचा मोहही आवरत नसे मला. पण प्रत्येक वेळी माझी निराशाच होई. स्वयंपाकीणबाईंना सारे आवरून ठेवायला सांगून मी अंथरुणावर विचार करीत पडले. मनुष्याच्या दुबळ्या मनाला साध्या गोष्टींतही अशुभाचा भास होतो. माझेही तसेच झाले. प्रभाकरांना आपले आजचे काम उद्यावर टाकता आले नसते का? नाहीतर दुसऱ्या डॉक्टरांकडे द्यायचे होते ते! ज्या दिव्य क्षणाची– ज्या मधुमीलनाची– स्त्रीचे हृदय उत्कंठेने वाट पाहते, त्याच्यातले काव्य पुरुषांना खरोखरीच कळत नसावे. प्रेम हा सुद्धा व्यवहारच वाटतो त्यांना! पुरुषजातीच्या क्रूरपणाच्या ऐकलेल्या आणि वाचलेल्या अनेक गोष्टी माझ्या डोक्यात थैमान घालू लागल्या. मन असे शिणून गेल्यावर मग माझा केव्हा डोळा लागला कुणास ठाऊक!

त्या झोपेतून मी दचकून जागी झाले ती एका विचित्र, शिसारी आणणाऱ्या वासाने. क्षणभर मी कुठे आहे हेच कळेना! मग मन सावध झाले. प्रभाकरांनी माझे चुंबन घेतले होते आणि पुन्हा हसत हसत माझ्याकडे पाहत त्यांनी चुंबन घेतले. त्या दुर्गंधीने माझे डोके अगदी फिरून गेल्यासारखे झाले. मळमळल्यासारखे वाटून मी उठून बसले. धड ओकून पडेना आणि धड त्या वासाची ओकारी नाहीशीही होईना! स्त्रीच्या आयुष्यातल्या अत्यंत आनंदाच्या या मंगल प्रसंगी माझी संतप्त झालेली मुद्रा पाहून प्रभाकरही चरकले. माझ्या जवळ येऊन ते म्हणाले, "पुष्पा, मला क्षमा कर! एका बाळंतिणीची सुटका करावी लागली आज. एका मनुष्याचे प्राण वाचवण्याकरिता आपल्या सुखात थोडा उणेपणा आला म्हणून तू काही रागावणार नाहीस."

"पण तुम्ही रागावला असाल!" मी कुऱ्याने म्हटले.

"मी?"

"आपल्या सुखात एवढासुद्धा उणेपणा खपत नाही पुरुषांना!"

मी काय बोलत आहे याचा अर्थही त्यांना कळला नसावा! मी संतापाने उद्‌गारले, "सिगारेट ओढणं हा पुरुषांचा खेळ होत असेल! पण बायकांचा जीव जातो त्यानं!"

माझ्याकडे निरखून पाहून ते शांतपणाने आपल्या पलंगावर जाऊन झोपले. त्यांनी माझ्यापाशी यावे, 'तुझ्याकरिता मी सिगारेट सोडून देईन' असे विनवून म्हणावे, अशी इच्छा माझे मन करीत होते. ती तृप्त न झाल्यामुळे माझा अहंकार दुखावला आणि तडफडत, चडफडत घड्याळाचे दोन-तीन-चार हे ठोके मी ऐकले. मधूनमधून त्यांचे घोरणे मला ऐकू येई आणि माझ्या जिवाचा अधिक संताप होई. 'पुरुषांना प्रेम कळत नाही, फक्त उपभोग तेवढा कळतो' हे मला खरे वाटू लागले. आता त्या रात्रीच्या माझ्या विचारांचे मला हसू येते. पण त्या वेळी माझे मन म्हणत होते, 'हे सिगारेट ओढतात; दारूही पीत असतील! नाही कशावरून? पुष्पा, तुला एवढीशी घाण सहन होत नाही. आता कसं होणार तुझं?"

दुसरे दिवशी सकाळी ते आपणहून मला म्हणाले, 'पुष्पा, सिगरेट सोडण्याचा प्रयत्न करून पाहतो मी!' या शब्दांची चीड आली मला! काय पण पुरुषांची भाषा! सोडण्याचा प्रयत्न करून पाहतो म्हणे! म्हणजे मनातून सोडायचीच नाही! बायकांना त्रास होतो याची कशाला ते काळजी करतील? शिकाऱ्याच्या मनाला हरिणीविषयी कधी द्रव येतो का?

दररोज रात्री ते घरी परत आले की 'आज सिगरेट ओढली होती का?' हा प्रश्न त्यांना मी विचारी. त्यांनी 'नाही' म्हटले, तरी 'माझ्या गळ्याची शपथ?' असे विचारायलाही मी कमी करीत नसे. माझ्या या प्रश्नामुळे त्यांना वेदना होत

असाव्यात. किती उदासीन दिसे त्यांचा चेहरा!

पण व्यसने काही सुखासुखी सुटत नसतात! मी मुद्दामच त्यांच्या या वेदनांकडे दुर्लक्ष करी.

जवळ जवळ तीन आठवडे असे गेले. आमच्या लग्नाला उद्या महिना होणार. एका महिन्यात आपल्या पतीला एका व्यसनापासून आपण मुक्त केले म्हणून हा मंगल दिवस सुंदर रीतीने साजरा करण्याची हौस आली मला. उद्या प्रभाकरांना कोणती भेट द्यावी याचा विचार करून मी थकले. शेवटी ते रात्री परत आले की त्यांनाच आपले हे कोडे सोडवायला सांगायचे असा मी मनाशी निश्चय केला.

पण त्या दिवशी रात्री बारा वाजेपर्यंत ते घरी परत आलेच नाहीत आणि आले ते बेदरकारपणे सिगरेट ओढीत! माझ्या डोळ्यांवर विश्वासच बसेना माझा. संतापाने बेभान होऊन मी विचारले, "हे काय?"

"सिगरेट." त्यांनी शांतपणे उत्तर दिले.

"ती ओढायची नाही असं कबूल केलं होतं तुम्ही माझ्यापाशी!"

"संध्याकाळपासून पन्नास ओढल्या मी!"

"पन्नास?"

"मधल्या उपासाची भरपाई करतोय!"

"शरीराची असली गुलामगिरी मला नाही आवडत!"

"आवडीनं कुणीही कशाचा गुलाम होत नाही."

"फेकून द्या ती सिगरेट!"

"देणार नाही."

"पाहा हं!"

"लग्न व्हायच्या आधी पाहिली आहे तुला!"

"पण मी कुठं तुमचं खरं स्वरूप पाहिलं होतं? नाही ना तुम्ही ती सिगारेट फेकून देत?"

"नाही."

"मग माझीही या घरात राहण्याची इच्छा नाही!"

दुसरे दिवशी सकाळी ते दवाखान्यात जायला निघाले तेव्हा मी म्हटले, "पुण्याला जातेय मी!"

"ठीक आहे. यावंसं वाटलं म्हणजे ये!"

त्यांच्या या उद्गारांनी माझे मन अधिकच भडकून गेले. आपण वाटेल तसा धांगडधिंगा घातला, तरी बायकांनी आपल्याभोवतीच पिंगा घातला पाहिजे असे या शिकल्यासवरल्या पुरुषांनासुद्धा वाटावे ना? मी वैतागाने खोलीत जाऊन माझ्या सामानाची बांधाबांध करू लागले. माझ्या कुंकवाच्या पेटीवरच एक पत्र पडले होते.

अक्षर तर त्यांचे दिसत होते. मी झटकन ते उघडून वाचू लागले.

''प्रिय पुष्पा,

तुझ्यापासून एक दिवसही दूर राहण्याची माझी इच्छा नाही. एकमेकांपासून दूर होण्याकरिता का आपण जवळ आलो आहोत? एकमेकांच्या दोषांकडे बोटे दाखविण्याकरिता का आपण आपले हात एके ठिकाणी गुंफले आहेत? बोहल्यावर अर्धी घटका दोघांमध्ये आलेला अंतरपाटसुद्धा आपल्याला असह्य झाला होता आणि आता तूच आपणहून दोघांमध्ये एक उंचच्या उंच भिंत निर्माण करीत आहेस.

''तुझ्यासारख्या अत्यंत निर्मळ वातावरणात वाढलेल्या मुलीला सिगरेटचा वास असह्य होत असेल हे मीही मान्य करतो. म्हणून तर पहिल्या दिवशी मी सिगरेट सोडायचे तुझ्यापाशी कबूल केले. त्याप्रमाणे तीन आठवडे मी वागलोही. पण या तीन आठवड्यात बंडखोर शरीराने मला किती त्रास दिला! साध्या कामातही मी कसा घोटाळू लागलो याची तुला कल्पना आहे का? बारा वर्षांची सवय बारा दिवसांत नाहीशी होत नाही. सवय शब्द सौम्य वाटून तू म्हणशील, 'बारा वर्षांची गुलामगिरी!' होय! या बाबतीत शरीराचा मी गुलाम झालो आहे हे मला काय कळत नाही? पण कळूनच काय, जळूनसुद्धा काही गोष्टी जगात वळत नाहीत. दिवसा धूम्रपान करायचे नाही हा नियम मी स्वत:ला कष्टाने लावून घेतला आहे. पण दिवसभर कामाच्या रगाड्यात पिळून निघाल्यानंतर संध्याकाळी सिगरेट ओढली नाही तर पुढे कामच होत नाही माझ्याने! काल संध्याकाळी एक विचित्र केस आली. सारी बुद्धी पणाला लागण्याचा प्रसंग होता तो! ती बाई आता मरते की घटकेत मरते अशी स्थिती होती. मृत्यूच्या जबड्यातून तिला परत आणून मी परत घरी आलो. पण मनावरला तो ताण सहन करण्याकरिता तेवढ्या वेळात सिगरेटची तीन-चार पाकिटे मी फस्त केली होती.

''तू म्हणशील–ही शरीराची गुलामगिरी आहे. मीही ते कबूल करतो. पण ज्या शरीराला आपण गुलामासारखे राबवून घेतो, ते सूड म्हणून आपल्याला गुलाम करू लागले तर त्याचा इतका राग का यावा आपल्याला? तू सुखात, एकांतात, शांत नि पवित्र वातावरणात वाढलीस. त्यामुळे शरीराची गुलामगिरी मनुष्य का पत्करतो याची कल्पनाच तुला येऊ शकत नाही. पण माझ्या शरीराच्या गुलामगिरीपेक्षा तुझी मनाची गुलामगिरी काय अधिक चांगली आहे? लहानपणापासून सिगरेट ओढणे वाईट असे तुझ्या मनावर ठसवले गेले, तू तेच घोकीत आलीस, तुझ्या नाकाला सिगरेटचा वासही सहन होईनासा झाला. ही सारी मनाच्या गुलामगिरीचीच लक्षणे नव्हेत का? जगात माणसे कशी जगतात, दारिद्र्य आणि दु:ख यांच्या खाईतून जात असताना त्या चटक्यांचा विसर पडावा म्हणूनच ती कशी व्यसनी होतात, याची तुझ्यासारख्या सुखवस्तूंना कुठून कल्पना असणार? आरामखुर्चीत बसून

जीवनाच्या पावित्र्याचे नियम निश्चित करणारे लोक अत्यंत निष्ठुर असतात. सामान्य माणसाचे जीवन सुंदर बंगल्यात हसतखिदळत राहत नसते. ते ओल आलेल्या झोपडीत, उष्णतेने होरपळून निघणाऱ्या गिरणीत, आणि गुडघाभर चिखलाने भरलेल्या शेतात जगण्याची धडपड करीत असते. श्रीमंतांना याच काय, पण पुढच्या जन्माचीही काळजी वाटत नसेल! गरिबांना मात्र सकाळ झाली की दुपारची भीती वाटू लागते. दारात उभ्या राहिलेल्या मृत्यूवरून ओवाळून टाकायला सोन्याचे तुकडेही त्यांच्या घरात नसतात. गरिबांना अहोरात्र लढावे लागते या जगात. जखमांतून रक्त वाहत असताना लढत राहणाराला पराच्या गादीवर लोळणाऱ्यांची स्वच्छता साधत नाही. पण हा दोष कुणाचा?

"पुष्पा, कोणतेही व्यसन ही शरीराची गुलामगिरीच असते. मानवी जीवन सुंदर, संपूर्ण, सुखी व्हायचे असेल, तर त्यात गुलामगिरीचा एवढासुद्धा अंश असू नये हे मलाही पटते. पण माणसे शरीराची गुलामगिरी का पत्करतात, हे मनाची गुलामगिरी करणारांना कधीच कळायचे नाही. माझ्या रोग्यांत अनेक माणसे दारूबाज असतात, उपदंशासारखे भयंकर विकार झालेले लोकही त्यांत असतात. मला त्या रोगांचा मनस्वी तिटकारा येतो, पण त्या माणसांचा येत नाही. असल्या प्रत्येक रोग्याच्या पोटात शिरून मी त्यांचे पूर्वचरित्र ऐकून घेतो आणि मग शंभरातल्या साठसत्तरांविषयी तरी माझ्या मनात सहानुभूती उत्पन्न होते. पुष्पा, मनुष्य प्राणी दुबळा आहे; तो काही निर्ढावलेला गुन्हेगार नाही. त्याच्या दुबळेपणाला समाजाच्या निर्दयपणाची जोड मिळत नसती, तर जग आजच्यापेक्षा अनंतपटींनी सुखी झाले असते.

"माझीच गोष्ट सांगतो तुला. माझे वडील मी पाच वर्षांचा असताना वारले. एका संस्थानात नोकर होते ते. हुषारीबद्दल त्यांची फार ख्याती होती. पण त्यांच्यामागे एक विधवा व दोन पोरकी पोरे जिवंत आहेत याची दखल कुणीही घेतली नाही. लाच घेण्याइतके माझ्या वडिलांचे मन हलकट असते, तर त्यांच्या मृत्यूनंतर भाड्याच्या दोन खणांच्या खोलीत राहण्याची वेळ आमच्यावर आलीच नसती. आम्ही बंगल्यात राहिलो असतो! पण ते प्रामाणिक होते.

"आणि म्हणूनच त्यांच्या बायकामुलांना मोलमजुरी करून आपले पोट भरण्याची पाळी आली.

"पुष्पा, माझ्या आईने काबाडकष्ट करून मला शिकविले. आक्का थोडीशी मोठी झाल्यावर तीही आईला मदत करायला लागली. मॅट्रिकमध्ये माझा पहिला नंबर आला. ईर्ष्येने मी वैद्यकीकडे वळलो. त्यावेळी एकएक रुपया म्हणजे परब्रह्म होतं मला.

"पण आईने माझ्यासाठी आपला बळी दिला असे शेवटी मला आढळून आले. अर्धपोटी राहून वर्षानुवर्षे ती राबत होती. मनुष्य जिथे भावनांची कदर ठेवीत नाही,

तिथं निसर्गाला बोल लावण्यात काय अर्थ आहे? आईला क्षय झाला. तिची शुश्रूषा करता करता आक्कानेही त्याच रोगाने अंथरूण धरले. त्यावेळी मी आत्महत्या कशी केली नाही–निदान इतरांचे खून कसे केले नाहीत याचे माझे मलाच आश्चर्य वाटते. क्षयाच्या रोग्याजवळ भित्रे आप्तेष्ट फिरकायलाही तयार होईनात. क्षयरोग्याकरिता बांधलेली इस्पितळे पुष्कळ आहेत. पण त्याच्या आत जायला पैशाचा परवाना लागतो.

''एका कोंदट खोलीत या दोन रोग्यांची रात्रंदिवस सेवा केली मी! यशाची आशा नव्हती मला! पण–पण माझी आई, माझी आक्का– त्या दोघींतच त्या वेळचे माझे त्रिभुवन साठवलेले होते. अभ्यासाचा भार, पैशांची काळजी, दोन क्षयरोग्यांची शुश्रूषा, जेवायला नाहीच, पण झोपायलासुद्धा सवड मिळत नसे मला. रात्रीच्या रात्री मी आईच्या आणि आक्काच्या बिछान्यापाशी जागत आणि वाचीत राही. शरीर जागू देत नसे! ते डोळ्यांवर झापड आणी. झोप ही शरीराची गुलामगिरी वाटू लागली मला. तिचे पाश तोडण्याकरिता मी धूम्रपान सुरू केले. एका रात्री मी किती बिड्या ओढीत असे याची कल्पनासुद्धा तुला करता येणार नाही. दीड वर्ष असे मी काढले. आई गेली, आक्का गेली, आणि मीही धूम्रपानाच्या आहारी गेलो.

''मी शरीराचा गुलाम आहे, अपूर्ण आहे, हे मला कळते. पण तू मला सोडून गेलीस म्हणजे का मी पूर्ण होणार आहे? तुझ्या मनाच्या गुलामगिरीने का माझी शरीराची गुलामगिरी नाहीशी होणार आहे? खूप खूप लिहावेसे वाटते. पण प्रीतीला एका अश्रुबिंदूचासुद्धा अर्थ कळतो, खरे ना?''

तुझा,
प्रभाकर''

तीनतीनदा मी ते पत्र वाचले आणि तडक बाजारात गेले.

दुपारी एक वाजता प्रभाकरांनी आपल्या खोलीत पाऊल टाकले तेव्हा त्यांचा चेहरा किती उदासवाणा दिसत होता! त्यांनी खोलीत इकडे तिकडे पाहून एक सुस्कारा सोडला. लगेच त्यांची दृष्टी टेबलाकडे वळली. ते एकदम उद्गारले,

''ही सिगारेटची पेटी कुणाची?''

मच्छरदाणीच्या आतून मी उत्तरले, ''तुमची! एका गुलामाची दुसऱ्या गुलामाला भेट आहे ही!''

ते हसत पलंगाकडे आले व मच्छरदाणी दूर करून मला अभिवंदन करीत म्हणाले,

''स्वातंत्र्यदेवतेचा जयजयकार असो!''

(१९३८)

■

शेजारी

किती सुंदर तळे होते ते! जणू काही आकाशातील मेघमालिकांनी जाता येता आपल शृंगार पाहण्याकरिता सुंदर आरसाच पृथ्वीवर ठेवविला होता.

त्या तळ्याच्या काठावर सुंदर झाडीही होती. गोल बिलोरी आरशाची नक्षीदार चौकटच!

तळ्यात मासे आनंदाने नाचत. झाडीत पक्षी उल्हासाने गात.

योगायोगाने एका माशाची आणि एका पाखराची ओळख झाली.

पाखराने विचारले, ''तळ्याच्या आत पोहताना मोठी मौज वाटत असेल नाही?''

अहंकार कुणाला नसतो? माशाने तळ्याच्या आतील चमत्काराचे वर्णन केले. ते वर्णन संपल्यावर माशाने विचारले, ''आभाळात उडताना मोठी गंमत वाटत असेल नाही?''

पाखराने एखाद्या महाकवीला शोभेल असे वर्णन केले. मासा मनातल्या मनात तळमळू लागला.

लवकरच दोघांची तळ्याच्या काठावर गाठ पडली. मासा पाण्याबाहेर पडत होता. पक्षी पाण्यात उतरत होता.

झाडावर चढून मग आभाळात उडण्याची माशाची महत्त्वाकांक्षा होती.

पाण्यात बुडून तळ गाठायची पाखराची महत्त्वाकांक्षा होती.

पण मासा झाडापर्यंतसुद्धा पोचला नाही. तळ्याच्या काठावरच तो तडफडत मेला.

आणि पाखरूही तळ्याच्या तळापर्यंत गेले नाही. पाण्यातल्या वेलीच्या जाळ्यात पाय अडकून ते मधल्यामधेच गुदमरून मेले!

त्या दिवशी तळ्याच्या काठावरली पाखरे आपापसांत म्हणत होती ''या

झाडीजवळ तळं आहे हे फार चांगलं आहे हं! असेच मधून मधून मासे मिळत जातील आपल्याला खायला!''

आणि तळ्यातले मासे म्हणत होते, ''आपल्या तळ्याजवळ झाडी आहे हे फार चांगलं आहे हं! अशीच मधून मधून पाखरे मिळत जातील आपल्याला खायला!''

(१९३८)

■

स्वप्ने

त्यांचे हात एकमेकांच्या गळ्यात होते. त्यांचा श्वास एकरूप होत होता. पण त्यांची मने?

तो स्वप्नात पाहत होता– आपली एक बाग आहे. तिच्यात जिकडे तिकडे कळ्याच कळ्या दिसत आहेत. फूल मात्र एकही नाही. या साऱ्या कळ्या उमलल्यावर त्या सुगंधाने मोहित होऊन सारे जग आपल्या बागेकडे धाव घेईल याविषयी त्याला शंका नव्हती.

कुणीतरी एक रमणी त्या बागेत शिरली. 'कुणाच्या परवानगीने तुम्ही आत आलात?' असा प्रश्न आपल्या अगदी ओठांवर आला. पण असला उद्धट प्रश्न सुंदर स्त्रीला कुणीतरी पुरुष विचारू शकतो का?

ती रमणी बागेत फिरू लागली. आपली केशभूषा करण्याकरिता तिने कितीतरी कळ्या खुडल्या. आपल्याला वाटले– खुडून खुडून किती कळ्या खुडील ही? तिच्या सुंदर मुखाकडे मुग्धपणाने पाहत आपण स्वस्थ बसलो.

हा हा म्हणता तिच्याभोवती बालके जमली. त्या स्त्रीने ती कुठून आणली कुणाला ठाऊक! पण त्या साऱ्या पोरांनी बागेतल्या कळीन् कळीचा चोळामोळा करून टाकला.

त्या स्त्रीचा विलक्षण राग आला आपल्याला. वाटले कुठून तरी विष आणावं आणि ते तिला पाजून–

याच क्षणी तिच्याही स्वप्नात ती एका पुरुषावर अशीच चिडून गेली होती. कुठून तरी विष आणून ते त्याला पाजावे हाच विचार तिच्या मनात आला होता. त्याला कारणही तसेच होते.

आपल्या मंदिरात जगाला वेड लावील अशी रतीची मूर्ती घडविण्यात ती गढून गेली होती. इतक्यात कोणीतरी पुरुष तिच्याजवळ आला. किती मोहक होता तो!

'कुणाच्या परवानगीने तुम्ही आत आलात?' असा प्रश्न अगदी तिच्या ओठांवर आला. पण असला उद्धट प्रश्न मोहक पुरुषाला कुणीतरी तरुण स्त्री विचारू शकते का?

तो पुरुष खाली पडलेली हातोडी घेऊन आपली मूर्ती विद्रूप करीत आहे याची प्रथम कल्पनाही आली नाही तिला. मग मात्र मूर्तीकडे दृष्टी गेली की तिला त्याचा मनस्वी राग येई. पण त्याच्याकडे पाहताच तो राग कुठल्या कुठे पळून जाई.

हा हा म्हणता त्या मूर्तीभोवती बालकेही जमली. त्या पुरुषाने ती कुठून आणली कुणाला ठाऊक! प्रत्येक बालक ती हातोडी घेई आणि छिन्न विच्छिन्न झालेली ती रतीची मूर्ति अधिकच विद्रूप करून टाकी. त्या पुरुषाचा असा विलक्षण राग आला तिला! तिला वाटले–कुठून तरी विष आणावं आणि ते त्याला पाजून–'

त्याच्याप्रमाणे तिचेही स्वप्न इथेच भंग पावले होते.

ती थरथर कापत असलेली पाहून त्याने विचारले, "अशी कापतेस का? काय दिसलं तुला स्वप्नात?"

"तुम्हाला कुणीतरी विष–" पुढे तिला बोलवेना. तिने भीतीने त्याला घट्ट मिठी मारली.

तो म्हणाला, 'मलाही तसलंच स्वप्न पडलं एक. कुणीतरी तुला विष–भित्री कुठली! तुला आणि मला कुणी विष घातलं म्हणून आपण मरणार आहोत की काय?'

त्याच्या म्हणण्याचा रोख तिच्या लक्षात आला नाही. पण त्याच्या हसऱ्या शब्दांनी तिची भीती मात्र नाहीशी झाली.

तो हसत हसत म्हणाला, 'आपल्याजवळ अमृत आहे की!'

"कुठं?' असा प्रश्न तिने डोळ्यांनी केला. या प्रश्नाचे उत्तर त्याने ओठांनी दिले.

त्या अमृताच्या चिमुकल्या पेल्यात त्यांना स्वप्नात विष देणाऱ्या मूर्तींच काय, जगातली सर्व दुःखे बुडून गेली.

(१९३८)

■

www.ingramcontent.com/pod-product-compliance
Lightning Source LLC
Chambersburg PA
CBHW070606180626
46817CB00005B/2025
9788177662429